สายรุ้งหลากสีของ Bholu

Translated to Thai from the English version of
Bholu's Colourful Rainbow

Geeta Rastogi 'Geetanjali'

Ukiyoto Publishing

All global publishing rights are held by

Ukiyoto Publishing

Published in 2024

Content Copyright © Geeta Rastogi 'Geetanjali'

ISBN 9789362692542

All rights reserved.

No part of this publication may be reproduced, transmitted, or stored in a retrieval system, in any form by any means, electronic, mechanical, photocopying, recording or otherwise, without the prior permission of the publisher.

The moral rights of the author have been asserted.

This is a work of fiction. Names, characters, businesses, places, events, locales, and incidents are either the products of the author's imagination or used in a fictitious manner. Any resemblance to actual persons, living or dead, or actual events is purely coincidental.

This book is sold subject to the condition that it shall not by way of trade or otherwise, be lent, resold, hired out or otherwise circulated, without the publisher's prior consent, in any form of binding or cover other than that in which it is published.

www.ukiyoto.com

การอุทิศตน

หนังสือเล่มนี้อุทิศให้กับ
พระพิฆเนศเป็นพระเจ้าแห่ง
การเริ่มต้น
และ
พระแม่สรัสวดี เทพีแห่งการศึกษา

คำนำ

เราทุกคนถูกสร้างมาในเวิร์คช็อปของธรรมชาติ เช่นเดียวกับที่เราเป็น

บุคลิกภาพของเราเกิดขึ้นได้อย่างไร และที่ไหน?

พูดความจริงก็เป็นกระบวนการที่สมบูรณ์
กระบวนการนี้เริ่มต้นในโรงปฏิบัติงานของพระเจ้า ในกระบวนการนี้

พ่อแม่ ครู และการศึกษาของเรามีบทบาทสำคัญ

มุมมองของพวกเราก็ถูกกำหนดโดยพวกเขาทั้งหมดเช่นกัน
นี่เป็นเรื่องจริงสำหรับฉันเช่นกัน
บุคลิกภาพและมุมมองของฉันได้รับอิทธิพลในทางใดทางหนึ่งจากพ่อแม่
ครู เพื่อน และหนังสือที่ฉันอ่านด้วยความสนใจอย่างมาก

เพื่อที่จะอธิบายกระบวนการพัฒนาบุคลิกภาพทั้งหมดโดยละเอียด
ฉันไม่สามารถใช้วิธีการอื่นใดได้ ในบริบทนี้

ฉันอยากจะแบ่งปันเรื่องราวกับคุณที่ฉันอ่านในหนังสือ
บางทีในนิตยสารชื่อ "อคานดา ชโยติ"

เรื่องราวนี้มีผลกระทบต่อฉันอย่างมาก ดังนั้นฉันจึงแบ่งปันกับคุณ

กาลครั้งหนึ่ง ในเมืองแห่งหนึ่ง มีพ่อค้าผู้มั่งคั่งคนหนึ่ง

เขามีทรัพย์สมบัติมหาศาล
วันหนึ่งเขารู้สึกได้รับการดลใจจากสวรรค์ให้สร้างพระวิหารในเมือง
ดังนั้น เขาจึงเริ่มมองหาประติมากรที่มีทักษะ พวกเขากล่าวว่า

"ที่ใดมีเจตจำนง ที่นั่นย่อมมีหนทาง" หลังจากพยายามอยู่ระยะหนึ่ง

เขาก็พบประติมากรที่มีทักษะ
ตอนนี้ประติมากรได้รับมอบหมายให้สร้างเทวรูปอันงดงามของพระเจ้าซึ่
งจะติดตั้งในวิหาร ประติมากรต้องการหินพิเศษสำหรับงานนี้

ระหว่างทางไปพบหินก้อนใหญ่
เขาถามก้อนหินว่าตกลงที่จะสกัดและแกะสลักเป็นรูปพระเจ้าหรือไม่
ศิลาก็กลัวแล้วพูดว่า

"เหตุใดฉันจึงต้องทนทุกข์ลำบากมากมายโดยที่ไม่ได้รับผลประโยชน์เลย? ฉันจะได้รับอะไรจากการเป็นไอดอลของพระเจ้า?

ฉันพอใจที่นี่อย่างที่ฉันเป็น คุณมองหาหินอีกก้อนหนึ่ง"

ประติมากรเดินต่อไปโดยมองหาหินก้อนอื่น หลังจากนั้นครู่หนึ่ง ประติมากรก็พบหินอีกก้อนหนึ่ง เขาถามคำถามเดียวกัน

และหินก้อนนี้ก็ยินดียินดีให้แกะสลักเป็นรูปพระเจ้า ศิลารู้สึกยินดีเป็นอย่างยิ่งที่ได้มีโอกาสทำหน้าที่เป็นรูปเคารพของพระเจ้า อย่างไรก็ตาม

ประติมากรเตือนหินนั้นว่าจะต้องผ่านกระบวนการที่เจ็บปวดและเข้มงวด ศิลายังคงแน่วแน่ในการตัดสินใจและยินยอม ประติมากรนำหินมาที่เวิร์คช็อปของเขา และเริ่มงานสกัดและแกะสลักรูปเคารพอันยากลำบาก เขาทำงานด้วยความทุ่มเทและความทุ่มเทอย่างสูงสุด ในเวลาเพียงไม่กี่วันเท่านั้น รูปเคารพของพระเจ้าก็พร้อม

บัดนี้พ่อค้าต้องจัดให้มีการปลุกเสกรูปเคารพในวัด และเรียกนักบวชมาทำพิธีกรรม บัดนี้พ่อค้าต้องตั้งรูปเคารพของพระเจ้าไว้ในวิหาร ด้วยเหตุนี้ จึงได้มีการเรียกนักบวชและกำหนดวันไว้แล้ว เมื่อมีการติดตั้งรูปเคารพของพระเจ้าในพระวิหาร ทันใดนั้นปุโรหิตก็จำได้ว่าต้องใช้หินอีกก้อนหนึ่ง เขาแจ้งให้พ่อค้าทราบเรื่องนี้   และพ่อค้าก็ส่งคนรับใช้ไปเอาหินทันที คนรับใช้พบหินก้อนเดียวกับที่ปฏิเสธข้อเสนอให้เป็นเทวรูปของพระเจ้าของประติมากร คนรับใช้ไม่ได้ถามคำถามใดๆ

และนำหินก้อนนี้ไปที่วัดมอบให้ปุโรหิต

หินถูกวางไว้ใต้รูปเคารพของพระเจ้าในพระวิหาร เพื่อที่จะหักมะพร้าวที่ถวายเป็นปรา (เครื่องบูชา) ได้

เมื่อการถวายรูปเคารพของพระเจ้าเสร็จสิ้น ทุกคนก็จากไป

ก้อนหินนั้นอยู่ตามลำพังซึ่งกลายเป็นรูปเคารพของพระเจ้า
ก้อนหินนั้นพูดว่า "เจ้าพบโชคอะไรบ้าง? คุณได้กลายเป็นพระเจ้าแล้ว
ผู้คนมากราบไหว้ท่าน พวกเขานมัสการคุณเหมือนพระเจ้า
ในทางกลับกัน ข้าพเจ้าก็ทนต่อการถูกค้อนทุบทั้งกลางวันและกลางคืน
นี่เป็นความอยุติธรรมอะไรในโลกของพระเจ้า?
อย่างน้อยความยุติธรรมก็ควรจะมีชัยที่นี่"

จากนั้น หินที่กลายมาเป็นเทวรูปของพระเจ้าก็พูดกับหินอีกก้อนหนึ่งว่า
"บางทีคุณอาจลืมไปว่าครั้งหนึ่งรูปร่างของฉันก็เหมือนกับของคุณ
หลังจากอดทนกับการสกัดและตอกมาหลายวัน ฉันก็มาถึงจุดนี้
คุณอาจได้รับโอกาสนี้เช่นกัน
แต่คุณปฏิเสธที่จะผ่านกระบวนการที่เจ็บปวดในวันนั้น
นั่นคือเหตุผลที่คุณมาพบสถานที่แห่งนี้ในวันนี้
ซึ่งคุณจะต้องผ่านกระบวนการอันเจ็บปวดทุกวัน"

บทสรุปของเรื่องราวก็คือ ถ้าเราในฐานะมนุษย์
ยอมรับการถูกสร้างขึ้นในโรงปฏิบัติงานของพระเจ้าไปตลอดชีวิต
เราต้องผ่านกระบวนการที่เจ็บปวดซึ่งคงอยู่ระยะหนึ่ง ในทางตรงกันข้าม
หากเราทำสิ่งต่าง ๆ ตามวิถีของเราเอง
โดยหลีกเลี่ยงความยากลำบากในการปฏิบัติตามกฎเกณฑ์
เราจะต้องอดทนต่อความยากลำบากตลอดชีวิตของเรา

ผู้อ่านและเพื่อน ๆ ที่รักของฉัน นั่นคือจุดสิ้นสุดของเรื่องราวนี้

ฉันสนุกกับการอ่านเรื่องราวเสมอ ฉันอ่านเรื่องราวมากมายตั้งแต่วัยเด็ก
โรงเรียนของเรายังได้จัดให้มีการอ่านหนังสือเป็นพิเศษ
เราเคยอ่านเรื่องราวมากมายในห้องสมุดด้วย
ด้วยเหตุนี้จึงมีการตัดสินใจหนึ่งวันต่อสัปดาห์สำหรับแต่ละชั้นเรียน
นอกจากนี้เด็กๆ ยังได้รับหนังสือเพื่อนำกลับบ้านเป็นเวลาหนึ่งสัปดาห์
ไม่เพียงเท่านั้น หนังสือยังถูกมอบเป็นรางวัลให้กับผู้อ่านรุ่นเยาว์อีกด้วย
นี่เป็นวิธีที่ฉันชื่นชอบการอ่านเรื่องราวมากขึ้น และด้วยงานอดิเรกนี้

นักเล่าเรื่องก็เกิดในตัวฉันเมื่อเวลาผ่านไป
วันนี้ฉันเต็มไปด้วยความสุขอย่างยิ่งที่ได้นำเสนอเรื่องราวชุดแรกของฉัน
โดยเฉพาะสำหรับเด็ก ให้กับผู้อ่านของฉัน ยิ่งไปกว่านั้น

แม้แต่ผู้เฒ่าก็ไม่ขาดการเพลิดเพลินกับเนื้อหา
เรื่องราวที่รวบรวมไว้นี้เป็นจุดสูงสุดของพรของพ่อแม่
การสนับสนุนจากญาติของฉัน และพระคุณของพระเจ้า

ฉันหวังว่าฉันจะได้รับความรักอย่างเต็มที่จากหนังสือเล่มนี้

- กีตา ราสโตกี 'กีตันจาลี'

C-26 ถนนทางรถไฟ

โมดินาการ์ 201204

อำเภอ : กาเซียบัด

(ขึ้น)อินเดีย

มือบ : 8279798054

อีเมล์:geetarastogi@gmail.com

สารบัญ

กระท่อมของแม่	1
เส้นทางแห่งความซื่อสัตย์	4
นิรัญชนา	9
เกรซี่น่ารัก	12
ความลับแห่งชัยชนะ	17
บันทึกอันไพเราะ	23
คุณย่าและอามิชา	27
ห้องอาบน้ำฝักบัวอันโดดเดี่ยว	31
แดนสวรรค์	42
หงส์ทอง	47
เรื่องราวของเปล	53
สิ่งประดิษฐ์ของวีรุ	56
วันแชมป์	62
สายรุ้งหลากสีของ Bholu	68
ศิวลิก	88
เกี่ยวกับผู้เขียน	104

กระท่อมของแม่

ในหมู่บ้านแห่งหนึ่ง
มีหญิงชราคนหนึ่งชื่อชีตละอาศัยอยู่

เธอมีบ้านหลังใหญ่มากในหมู่บ้านนั้น และเธออาศัยอยู่ที่นั่นเพียงลำพัง แม้ว่า **Sheetala** จะมีลูกหลายคน

แต่พวกเขาก็ทำธุรกิจในเมืองต่าง ๆ

ของประเทศและแม้แต่ในต่างประเทศ
นี่คือเหตุผลว่าทำไมพวกเขาถึงไม่สามารถอยู่กับเธอในหมู่บ้านได้ตลอดไป ไม่มีลูกชายหรือลูกสาวของเธอคนใดสามารถอาศัยอยู่กับแม่ตลอดไปในหมู่บ้านได้ **Sheetala** เป็นสุภาพสตรีที่มีสุขภาพดีเยี่ยม

นี่เป็นผลมาจากกิจวัตรประจำวันโดยรวมของเธอในทุกสิ่งควบคู่ไปกับการทำสมาธิ เธอไม่มีเงินขาดแคลน ความต้องการของเธอก็มีจำกัดเช่นกัน ดังนั้นการดำรงชีพจึงไม่เป็นปัญหาสำหรับเธอ
บ้านของเธอมีลานกว้างและสวน ในสวนของเธอมีต้นไม้ที่ออกผลมากมาย เช่น มะม่วง แบล็กเบอร์รี่อินเดีย สะเดา และมะพร้าว นอกจากนี้

สวนของเธอยังมีมะระขี้นกและเถาถั่วอีกด้วย เธอยังปลูกมะเขือเทศ

พริกเขียว มะเขือม่วง ดอกกะหล่ำ มันฝรั่ง และผักชีด้วย

เธอยังได้ปลูกดาวเรือง ดอกกุหลาบ ดอกทานตะวัน และไม้ยืนต้น

ซึ่งเพิ่มความสวยงามให้กับสวนของเธอ **Sheetala**

ผู้เฒ่าทำงานอย่างขยันขันแข็งในสวนของเธอและดูแลต้นไม้และต้นไม้ของเธอ กิจวัตรประจำวันของเธอสม่ำเสมอมาก เธอจะตื่นก่อนรุ่งสาง

กวาดบ้านทั้งหลัง ดูแลงานบ้าน แล้วจึงไปนมัสการพระเจ้า

หลังจากนั้นเธอก็จะจุดเตาเพื่อเตรียมอาหารให้ตัวเอง

Sheetala ดำเนินกิจการอุตสาหกรรมกระท่อมทอมือ

โดยมีผู้หญิงบางคนจากละแวกนั้นมาร่วมงานร่วมกับเธอด้วย พวกเขาทำตะกร้า ช่อดอกไม้ เสื่อ และสิ่งของอื่นๆ อีกมากมาย

การไปตลาดและขายสิ่งเหล่านี้เป็นงานที่ท้าทาย แต่ชาวบ้านจะมาที่บ้านของเธอเพื่อซื้อสิ่งเหล่านี้ ในตอนเย็นเธอจะใช้เวลาอยู่ในสวนของเธอ เธอชอบอยู่กับต้นไม้ของเธอ

เธอจะเตรียมการใหม่และปลูกต้นกล้าใหม่ที่นั่น การดูแลต้นไม้ รดน้ำ ใส่ปุ๋ย และกำจัดวัชพืชเป็นประจำถือเป็นส่วนสำคัญในชีวิตประจำวันของเธอ ทุกๆ วัน เธอจะมีผักและดอกไม้มากมายจากสวนของเธอ

จากนั้นเธอก็ถูกบังคับให้คิดว่าจะใช้มันอย่างไร ถ้าเธอไม่รู้สึกอยากขายพวกมัน เธอจะมอบทั้งหมดนี้ฟรีให้กับผู้หญิงที่ทำงานในกระท่อมของเธอ ถ้าคนในละแวกนั้นผักหมด พวกเขาจะมาหาชีทาลามาตาเพื่อขอความช่วยเหลือ เธอไม่มีความมั่นใจในการแบ่งปันผลผลิตของเธอ ในช่วงฤดูจามุน

(แบล็กเบอร์รี่อินเดีย) กิ่งก้านของต้นจามุนจะเต็มไปด้วยผล

เธอจะเลือกจามุนเป็นของตัวเองและแชร์ให้กับทุกคนด้วย เธอยังจะตากแห้งและบดเมล็ดจามุนเพื่อทำยาที่มีประโยชน์มากสำหรับการรักษา โรค เบาหวาน ในทำนองเดียวกัน เธอทำยาจากใบ เปลือก

และเมล็ดสะเดา ครั้งหนึ่งเธอเคยให้ยาที่ทำเองที่บ้านกับเพื่อนเพื่อนบ้าน

และมันก็พิสูจน์แล้วว่ามีประโยชน์ ชีทาลา มาตาได้รับชื่อเสียงอย่างช้าๆ

ในฐานะ "แม่ผู้เยียวยา"

และผู้คนจากทั่วทุกมุมโลกเริ่มเข้ามาหาเธอเพื่อขอยา

เมื่อเวลามีปีก หลายปีผ่านไป **Sheetala Mata** โตขึ้น วันหนึ่ง

ลูกชายคนหนึ่งของเธอพร้อมครอบครัวมาเยี่ยมบ้าน เธอตื่นเต้นมากที่ได้เห็นลูกชาย ลูกสะใภ้ หลานชาย

และหลานสาวอยู่ด้วยกันที่บ้านของเธอ เป็นเรื่องน่าประหลาดใจสำหรับเธอ อย่างไรก็ตาม

ลูกชายของเธอรู้สึกเสียใจที่เห็นแม่ของเขาแก่ชราและโดดเดี่ยว เขารู้สึกว่าเธอไม่ควรอยู่คนเดียวอีกต่อไป

มันจะวิเศษขนาดไหนถ้าครั้งนี้เธอสามารถเดินทางไปต่างประเทศและอยู่ที่นั่นตลอดไปกับพวกเขาได้

คงจะเป็นเรื่องน่ายินดีอย่างยิ่งที่จะมีครอบครัวที่สมบูรณ์และจะไม่มีใครรู้สึกเหงาเขา แสดงความคิดต่อมารดาว่า "แม่ ครั้งนี้ท่านควรไปกับพวกเราด้วย คุณจะสนุกกับการอยู่กับเรา ลูกๆ ของคุณเอง

มันจะทำให้เรารู้สึกมีความสุขและเราจะสามารถดูแลคุณได้เช่นกัน"

แม่ของเขาดีใจมากที่รู้ว่าลูกชายเป็นห่วงเธอและอยากให้เธออยู่ที่บ้านถาวร ถึงกระนั้นก็ตาม เนื่องจากเธอมีความผูกพันอย่างมากกับบ้านเกิด

 บ้านของเธอ และสวนของเธอ

เธอไม่สามารถยอมรับข้อเสนอนี้ที่จะออกจากหมู่บ้านและไปอยู่ต่างประเทศเป็นที่อยู่ถาวรของเธอได้   บ้านปัจจุบันของเธอทำให้เธอรู้สึกเหมือนสวรรค์ ดังนั้นเธอจึงเลือกที่จะยึดมั่นกับกิจวัตรและวิถีชีวิตเก่าๆ ของเธอ

ดังนั้นลูกชายของเธอจึงไม่มีทางเลือกอื่นนอกจากต้องกลับไปหาครอบครัวในต่างประเทศ **Sheetala Mata** ดำเนินกิจวัตรประจำวันตามปกติของเธอ

พอใจในบ้านเกิดของเธอ หมู่บ้านของเธอ บ้าน สวนของเธอ

และธรรมชาติอันเขียวขจี

เส้นทางแห่งความซื่อสัตย์

ปรากาตีเป็นเด็กสาวที่ฉลาด
เธอเรียนอยู่ชั้นประถมศึกษาปีที่ 8
เธอเป็นคนถ่อมตัว
และมีจิตใจที่เฉียบแหลมมาก
เธอเป็นหนึ่งในเด็กฉลาดอันดับต้น ๆ
ในชั้นเรียนของเธอ
ในด้านกีฬาเธอไม่เคยล้าหลัง

ไม่ว่าจะเป็นการเล่นคริกเก็ตในละแวกบ้านหรือการเข้าร่วมการแข่งขันกีฬาของโรงเรียน เธอเป็นผู้เข้าร่วมที่กระตือรือร้นอยู่เสมอ ครอบครัว เพื่อนบ้าน และญาติๆ ของเธอยกย่องเธอเสมอ เนื่องจากเธอเป็นเด็กสาวใจดี
บางครั้งเด็กๆ ในชั้นเรียนของเธอจึงพยายามเอาเปรียบเธอ
ไม่ว่าจะเป็นการสอบในชั้นเรียนหรือการสอบ เด็กๆ
รอบตัวเธอมักจะพยายามมองดูสำเนาของเธอและขอให้เธอช่วยเหลือพวกเขาในลักษณะที่ไม่ยุติธรรม
เนื่องจากจำเป็นต้องปฏิบัติตามกฎในระหว่างการสอบ
ผู้คุมสอบจึงพยายามรักษาวินัยในห้องสอบอย่างเคร่งครัด
นักเรียนจะยังคงเริ่มสนทนากันเมื่อครูไม่อยู่ในสายตา
การสนทนาที่ไม่จำเป็นจะถูกห้ามเสมอในระหว่างการสอบ
ตามระบบการสอบโดยทั่วไปถือว่าใช้วิธีการที่ไม่เป็นธรรม อย่างไรก็ตาม
นักเรียนทุกคนไม่ได้ตระหนักถึงความสำคัญของกฎเกณฑ์และไม่ปฏิบัติตามอย่างเคร่งครัด
ปรากาติมีนิสัยชอบเตรียมหลักสูตรทั้งหมดสำหรับการสอบอย่างเหมาะสม และไม่เคยขอความช่วยเหลือใดๆ ที่ไม่เหมาะสม เด็กคนอื่นๆ

ไม่ชอบเธอที่พูดจาตรงไปตรงมาแบบนี้ พวกเขาพยายามสื่อสารผ่านท่าทาง และบางครั้งก็นำเนื้อหาที่คัดลอกมาจากบ้านด้วยซ้ำ มีหน่วยบินที่จู่ๆ

ก็ปรากฏตัวขึ้นและจับผู้ที่คัดลอกคำตอบและพยายามโกง เมื่อการสอบประวัติศาสตร์ดำเนินไป ในวันนั้น

ชั้นเรียนของพระกาตีอยู่ภายใต้การดูแลของมาดามสันสกฤต เธอได้ประกาศไปแล้วในขณะที่การสอบกำลังจะเริ่มขึ้นว่านักเรียนทุกคนจะต้องดูแลกฎของโรงเรียนและกฎการสอบด้วย
หากพบนักเรียนคนใดมีเนื้อหาที่เป็นการโกงจะถูกลงโทษ
หากนำสิ่งใดมาโดยไม่ได้ตั้งใจ
ควรส่งมอบให้เจ้าหน้าที่ตรวจสอบหรือทิ้งอย่างเงียบๆ ในถังขยะ

การสอบเริ่มขึ้นและทุกคนต่างก็ยุ่งเพื่อที่จะทำข้อสอบให้เสร็จทันเวลา คนที่ไม่ได้เตรียมตัวมาก็มองหาที่นี่และที่นั่นและพยายามลองใช้เทคนิคใหม่ ๆ ถ้าเป็นไปได้ และหลังจากนั้นไม่นาน ฝูงบินก็ปรากฏตัวขึ้น

พวกเขาตรวจสอบกระเป๋าของนักเรียนและกล่องเรขาคณิตของพวกเขา นักเรียนบางคนกังวลมากและอธิษฐานต่อพระเจ้า ข้าแต่พระเจ้า

"ขอทรงช่วยข้าพระองค์ในวันนี้ด้วย
ฉันจะเตรียมตัวให้พร้อมเสมอในอนาคต"

เธอเป็นคนถ่อมตัวและมีจิตใจที่เฉียบแหลมมาก
เธอเป็นหนึ่งในเด็กฉลาดอันดับต้น ๆ ในชั้นเรียนของเธอ

ในด้านกีฬาเธอไม่เคยล้าหลัง
ไม่ว่าจะเป็นการเล่นคริกเก็ตในละแวกบ้านหรือการเข้าร่วมการแข่งขันกีฬาของโรงเรียน เธอเป็นผู้เข้าร่วมที่กระตือรือร้นอยู่เสมอ ครอบครัว เพื่อนบ้านและญาติๆ ของเธอยกย่องเธอเสมอ เนื่องจากเธอเป็นเด็กสาวใจดี

บางครั้งเด็กๆ ในชั้นเรียนของเธอจึงพยายามเอาเปรียบเธอ

ไม่ว่าจะเป็นการสอบในชั้นเรียนหรือการสอบ เด็กๆ

รอบตัวเธอมักจะพยายามมองดูสำเนาของเธอและขอให้เธอช่วยเหลือพวกเขาในลักษณะที่ไม่ยุติธรรม
เนื่องจากจำเป็นต้องปฏิบัติตามกฎในระหว่างการสอบ
ผู้คุมสอบจึงพยายามรักษาวินัยในห้องสอบอย่างเคร่งครัด

นักเรียนจะยังคงเริ่มสนทนากันเมื่อครูไม่อยู่ในสายตา
การสนทนาที่ไม่จำเป็นจะถูกห้ามเสมอในระหว่างการสอบ
ตามระบบการสอบโดยทั่วไปถือว่าใช้วิธีการที่ไม่เป็นธรรม อย่างไรก็ตาม

นักเรียนทุกคนไม่ได้ตระหนักถึงความสำคัญของกฎเกณฑ์และไม่ปฏิบัติตามอย่างเคร่งครัด
ปรากาติมีนิสัยชอบเตรียมหลักสูตรทั้งหมดสำหรับการสอบอย่างเหมาะสม
และไม่เคยขอความช่วยเหลือใดๆ ที่ไม่เหมาะสม เด็กคนอื่นๆ

ไม่ชอบเธอที่พูดจาตรงไปตรงมาแบบนี้ พวกเขาพยายามสื่อสารผ่านท่าทาง
และบางครั้งก็นำเนื้อหาที่คัดลอกมาจากบ้านด้วยซ้ำ มีหน่วยบินที่จู่ๆ

ก็ปรากฏตัวขึ้นและจับผู้ที่คัดลอกคำตอบและพยายามโกง
เมื่อการสอบประวัติศาสตร์ดำเนินไป ในวันนั้น

ชั้นเรียนของพระกาตีอยู่ภายใต้การดูแลของมาดามสันสกฤต
เธอได้ประกาศไปแล้วในขณะที่การสอบกำลังจะเริ่มขึ้นว่านักเรียนทุกคนจะต้องดูแลกฎของโรงเรียนและกฎการสอบด้วย
หากพบนักเรียนคนใดมีเนื้อหาที่เป็นการโกงจะถูกลงโทษ
หากนำสิ่งใดมาโดยไม่ได้ตั้งใจ
ควรส่งมอบให้เจ้าหน้าที่ตรวจสอบหรือทิ้งอย่างเงียบๆ ในถังขยะ

การสอบเริ่มขึ้นและทุกคนต่างก็ยุ่งเพื่อที่จะทำข้อสอบให้เสร็จทันเวลา
คนที่ไม่ได้เตรียมตัวมาก็มองหาที่นี่และที่นั่นและพยายามลองใช้เทคนิคใหม่ ๆ ถ้าเป็นไปได้ และหลังจากนั้นไม่นาน ฝูงบินก็ปรากฏตัวขึ้น

พวกเขาตรวจสอบกระเป๋าของนักเรียนและกล่องเรขาคณิตของพวกเขา
นักเรียนบางคนกังวลมากและอธิษฐานต่อพระเจ้า ข้าแต่พระเจ้า

"ขอทรงช่วยข้าพระองค์ในวันนี้ด้วย
ฉันจะเตรียมตัวให้พร้อมเสมอในอนาคต"

ทันทีที่หน่วยบินออกจากห้อง ทุกคนก็สบายใจ

ครูกำลังสั่งให้ผู้เข้าสอบทำงานให้เสร็จทันเวลา เนื่องจากจะไม่ได้มีเวลาเพิ่ม
ครูก็วนเวียนอยู่ในห้องเรียนอย่างต่อเนื่อง ขณะที่เธอเข้ามาใกล้ปรากาติ

เธอลุกขึ้นและบอกครูว่าเธออยากคุยกับเธอ
เธอนำคำตอบที่เป็นลายลักษณ์อักษรมาใส่กระดาษแผ่นเล็กๆ

ซึ่งครูคนใดคนหนึ่งไม่อาจจับตาดูได้
ถึงกระนั้นเธอก็มอบสิ่งเหล่านั้นทั้งหมดให้กับอาจารย์ภาษาสันสกฤตและขอให้อภัยเธอ เธอสัญญาว่าจะไม่ทำผิดซ้ำอีกในอนาคต

ครูรู้สึกประหลาดใจมาก
เธอแทบไม่เชื่อสายตาตัวเองเพราะเรื่องไม่น่าเชื่อได้เกิดขึ้นแล้ว
เธอยังได้รับบาดเจ็บจากการกระทำที่ไม่ถูกต้องของนักเรียนที่ฉลาดและชาญฉลาดคนหนึ่งของเธอ มันเป็นเพียงประสบการณ์ที่น่าตกใจสำหรับเธอ

ถึงอย่างนั้นเธอก็ยอมให้เธอนั่งแทนและทำข้อสอบให้เสร็จ

เมื่อสอบเสร็จแล้ว เธอโทรหาปรากาตีที่ห้องเจ้าหน้าที่

และถามเธอว่าทำไมเธอถึงได้งานห่วยขนาดนี้
ทำไมเธอถึงทำสิ่งที่แม้แต่คนโง่ก็ไม่ควรทำ ปรากาตีรู้สึกละอายใจกับสิ่งนี้
เธอขอโทษสำหรับความผิดพลาดที่เธอทำโดยไม่ได้ตั้งใจ
และสัญญาว่าจะไม่ทำซ้ำอีกในอนาคต

“ทำไมคุณถึงทำเช่นนี้ ปรากาติ? ฉันนึกไม่ถึงเลยว่าคุณจะทำแบบนั้นได้?” อาจารย์สันสกฤตถาม.

เพื่อนที่น่าสงสารพูดไม่ได้มาก

เมื่อเธอถูกบังคับให้พูด แต่แล้วเธอก็บอกว่าเนื่องจากอาการป่วยของเธอ

เธอจึงรู้สึกกังวลและสูญเสียความมั่นใจ
เธอคิดว่าเธอสอบไม่ผ่านและจะถูกเยาะเย้ยทั้งในชั้นเรียนและที่บ้าน

"โอ้ที่รักของฉัน ! ตอนนี้คุณสบายดีไหม?”

“ครับ ท่านผู้หญิง”

“คุณค่อนข้างฉลาดและฉลาดเหมือนกัน
คุณต้องไม่สูญเสียความมั่นใจในตัวเอง
ถึงอย่างนั้นฉันก็รู้สึกประทับใจกับพฤติกรรมที่ซื่อสัตย์ของคุณ
หากคุณเดินตามเส้นทางแห่งความซื่อสัตย์ในชีวิตเสมอ
คุณจะลุกขึ้นและแสดงผลลัพธ์ที่ยอดเยี่ยมในทุกการตรวจสอบของชีวิตเสมอ เพราะชีวิตก็เหมือนกับเกม ชนะและแพ้ไม่ได้มีความหมายมากเกินไป

สิ่งสำคัญเหนือสิ่งอื่นใดคือการดูแลค่านิยมและพยายามปฏิบัติตามแนวทางที่ถูกต้องอยู่เสมอ คุณเป็นผู้หญิงที่ดี.

ฉันขอให้คุณประสบความสำเร็จและอนาคตที่สดใส"

เราทุกคนต่างอยู่ในสถานการณ์ที่ **Pragati** ยืนอยู่ในเรื่องราวนี้

บางครั้งเราก็สับสนว่าเราควรหลงทางไหน
เพราะทางที่ผิดดูเหมือนจะง่ายเสมอ
ดังนั้นโอกาสที่จะไปทางนั้นก็ยิ่งมีมากขึ้น
ถึงอย่างนั้นเราก็ยังต้องอยู่บนเส้นทางแห่งความซื่อสัตย์เพราะในระยะยาวสิ่งนี้จะนำมาซึ่งผลลัพธ์ที่ดีกว่า

นิรัญชนา

ขณะที่นิรัญชนะและนิกุลน้อ
งชายของเธอลงจากรถโรงเรียนแล้ว
ทั้งสองก็เข้าไปในประตูโรงเรียน
เมื่อเดินผ่านทางเดินยาวของโรงเรียน
ทั้งคู่ก็ไปที่ชั้นเรียนของนิคิล
ทิ้งเขาไว้ในชั้นเรียนเธ
อก็รีบไปของตัวเอง

เมื่อไปถึงที่นั่น เธอวางกระเป๋าไว้บนที่นั่งและทักทายเพื่อนๆ
ของเธอที่รักอยู่แล้ว

นิรัญชนะมาถึงโรงเรียนเร็วกว่าเวลาที่กำหนดเล็กน้อยเสมอเพราะรถบัสของเธอไปรับเธอจากป้ายที่ใกล้ที่สุดในรอบแรก โดยทั่วไปแล้วเด็กๆ
ที่มาถึงรอบสองมักจะมาถึงโรงเรียนช้ากว่าสมัยก่อนเล็กน้อย
ก่อนสวดมนต์ตอนเช้า เธอคุยกับเพื่อน ๆ

แล้วเดินไปถามครูว่ามีภาระหน้าที่ใดที่เธอต้องทำหรือไม่
ชาลินีเป็นเพื่อนรักและสนิทที่สุดของเธอ
เธอจะจัดที่นั่งให้เธอและช่วยเหลือเธอในทุกงาน
วันนี้เธอออกไปพร้อมกับชาลินีเพื่อตามหาครูที่กำลังจัดพิธีสวดมนต์

"ดูสิชาลินี! พระยามาดามของเรากำลังจะมา

ลองไปถามเธอว่าเธอให้ทะเบียนการเข้าชั้นเรียนของเราแก่เราหรือไม่
ดูเหมือนเธอจะบรรทุกสิ่งของมากมายในมือจนล้นมือ

"มาเถอะ ไปเอากัน"

พูดจบเพื่อนทั้งสองก็เริ่มเคลื่อนตัวไปในทิศทางที่คุณนายปรายากำลังเข้ามาใกล้

"สวัสดีครับคุณผู้หญิง" พวกเขาทักทายเธอด้วยความเคารพ

"สวัสดีตอนเช้านะเด็กๆ คุณเป็นอย่างไร?" คุณนายก็ยิ้ม..

"คุณผู้หญิง ขอบคุณสำหรับคำอวยพรของคุณ พวกเราสบายดี"

"คุณผู้หญิง ถ้าคุณไม่รังเกียจ เราขอเอาทะเบียนการเข้าชั้นเรียนไปที่ชั้นเรียนได้ไหม? คุณผู้หญิงกรุณา. ให้เราสิ. เราจะเก็บมันไว้ในชั้นเรียน ได้โปรดเถอะค่ะคุณผู้หญิง"

พวกเขาร้องขอต่อเธอและรอการตอบกลับของเธอ

คุณนายยิ้มและยื่นทะเบียนให้ชาลินีโดยไม่ชักช้า สาวๆ รู้สึกได้รับความชื่นชมและยินดีย้ายไปห้องเรียนของตน

ตอนนี้เพื่อนทั้งสองกำลังรอครูประจำชั้นที่เคารพของพวกเขาเข้าชั้นเรียน เมื่อคุณผู้หญิงมาถึง เด็กๆ ทุกคนก็ยืนขึ้นและทักทายเธอ

คุณนายอวยพรและขอให้พวกเขานั่ง เมื่อถึงจุดนั้น

คุณนายก็เรียกศลินีและนิรัญชนามาบอกทาง ทันใดนั้นเสียงระฆังก็ดังขึ้น ตอนนี้เป็นเวลาสวดมนต์แล้ว นักเรียนทุกคนยืนเข้าแถวเพื่อร่วมสวดมนต์ ชาลินีและนิรัญชนะมาถึงห้องสวดมนต์ก่อนคนอื่นๆ แล้ว ที่นั่นพวกเขาเห็นคุณสุนิลาผู้ดูแลโครงการของเด็กๆ มีเด็กคนอื่นๆ อยู่ที่นั่นด้วย พวกเขากำลังคุยกับเธอเกี่ยวกับการแสดงที่นั่นในวันนั้น เมื่อครูสังเกตเห็นเด็กผู้หญิงยืนอยู่ตรงนั้น เธอก็แนะนำพวกเธอในเรื่องเดียวกัน

"คุณอยากจะนำเสนออะไรในการประชุมสวดมนต์วันนี้หรือไม่?"

"ครับคุณผู้หญิง. ฉันจะเล่านิทานให้ฟัง" นิรัญชนาตอบ

ดูเหมือนเธอจะมีความสุขมากในขณะนี้

"และฉันจะท่องบทกวี" ชาลินีตอบ

"เอาล่ะ ฉันจะจดชื่อของคุณไว้" คุณจำทุกอย่างได้ดีหรือไม่?
ขอฉันฟังสักครั้ง" คุณหญิงสุนิลาร้องขอ

เด็กหญิงทั้งสองค่อนข้างกระตือรือร้นและฉลาด
การนำเสนอของพวกเขาได้รับการตอบรับอย่างดี
นิรัญจนาเล่าเรื่องที่คุณยายเล่าให้ฟังเมื่อคืนนี้
นี่เป็นเพียงการซ้อมการแสดงจริงเท่านั้น

ตอนนี้เด็กๆ ทั้งหมดมารวมตัวกันที่หอประชุมแล้ว

ตามปกติแล้วจะมีการสวดมนต์ร่วมกัน
ด้วยเครื่องดนตรีที่ประกอบกับท่วงทำนองอันไพเราะของการสวดมนต์
มันให้ความรู้สึกเหมือนสายหัวใจรู้สึกซ่า หลังจากสวดมนต์เสร็จ เด็กๆ
ก็ได้นำเสนอโปรแกรมวัฒนธรรม
นิรัญชนาเล่าถึงการที่โจรมีนิสัยชอบพูดความจริง
จึงได้มาเป็นเสนาบดีในราชสำนัก เด็กและครูทุกคนปรบมือด้วยเสียงปรบมือ

วันนี้นิรัญชนามีความสุขมาก
เธอตัดสินใจที่จะศึกษาอย่างขยันขันแข็งและทำอะไรบางอย่างในชีวิตของเธ
อ เธอจะไม่ลืมที่จะเคารพผู้อาวุโสของเธอ

ในช่วงบ่าย เมื่อโรงเรียนเลิก ทุกคนขึ้นรถโรงเรียนและมาถึงที่ป้ายของตน
แม่ของพวกเขารออยู่ที่นั่นอย่างกระตือรือร้น ระหว่างทางกลับบ้าน

นิกุลและนิรัญชนาเล่ากิจกรรมทั้งหมดของโรงเรียนให้แม่ฟังอย่างตั้งใจ
เดินจูงมือเด็กๆ กลับบ้าน

เกรซี่น่ารัก

Gracie เป็นเด็กน่ารักอายุแปดขวบ เขาเป็นคนซุกซน การเรียนในชั้นประถมศึกษาปีที่ 4 เขาก็เติบโตขึ้นเช่นกัน เช่นเดียวกับเด็กส่วนใหญ่ในวัยเดียวกัน เขามีความสนใจเพียงเล็กน้อยในการศึกษาและสนใจของเล่นและของเล่นมากกว่า

เขาชอบที่จะเดินไปที่นี่และที่นั่นและเสียเวลาไปกับการทำสิ่งโง่ ๆ เขามีเพื่อนคนหนึ่งชื่อสิทธิธิซึ่งอยู่ชั้นเดียวกัน บ้านของเด็กๆ เหล่านี้ก็อยู่ไม่ไกลจากกัน Gracie อยากเล่นกับ Siddhi ทั้งวัน แต่สิทธิไม่ได้รับอนุญาตให้ทำเช่นนั้นโดยไม่ได้รับอนุญาตจากแม่ของเธอ เงื่อนไขคือเธอต้องทำการบ้านให้เสร็จก่อน เช่นเดียวกับสถานการณ์ที่โรงเรียน Siddhi ให้ความสำคัญกับการศึกษามากขึ้น ในขณะที่ Gracie ก็มองหาคนที่จะเล่นด้วยอยู่เสมอ เมื่อเขาหาใครไม่พบ เขาจะเล่นกับยางลบหรือตาชั่ง บางครั้งเขาก็โดนครูดุเหมือนกัน ผู้สร้างผู้น่าสงสารคนนี้รู้สึกอย่างไร มันค่อนข้างยากที่จะอธิบายเป็นคำพูด ที่บ้านก็มักจะต้องเล่นคนเดียวบ่อยๆ เมื่อเขาเบื่อเป็นเวลานานเขาจะเคาะประตูบ้านของสิทธิธิซึ่งอยู่ประตูถัดไป

"สิทธิ สิทธิ ออกไปข้างนอกเถอะ เราจะเล่นด้วยกัน"

"ไม่หรอก ฉันมีการบ้านต้องทำอีกเยอะ"

"ฉันก็มีการบ้านที่ต้องทำเหมือนกัน แล้วไง ? เราไม่ควรเล่นใช่ไหม? ฉันไม่ชอบเรียนหนังสือตลอดเวลา คุณชอบมันไหม ?"

"ถึงแม้ฉันจะไม่ชอบ แต่ฉันก็รู้ว่าฉันต้องทำให้ได้ก่อน แม่บอกฉันว่า เรียนก่อน เล่นทีหลัง"

"โอ้ ! ไม่มีสิทธิ. คุณไม่สามารถปฏิเสธเช่นนี้ คุณทำอย่างนั้นได้อย่างไร. คุณไม่ใช่เพื่อนของฉันใช่ไหม มาเร็ว. มาเล่นกันก่อน เก็บการบ้านไว้ข้างๆ ทำในภายหลัง. ฉันยังมีการบ้านเยอะมาก ถึงกระนั้นฉันก็ไม่สนใจ ฉันจะทำมันทีหลัง"

"ไม่ ไม่ มันไม่ยุติธรรม คุณทำมันในภายหลัง ตอนนี้คุณกลับบ้านและเล่นที่นั่น กรุณาขอโทษด้วย. ถ้าฉันไม่ชอบถูกลงโทษที่โรงเรียน"

เมื่อได้ยินสิ่งนี้เกรซี่ก็เศร้า แต่เขาไม่มีทางเลือก เขาใช้เส้นทางไปบ้านของเขา เมื่อสิทธิการบ้านเสร็จแล้ว เธอก็ไปที่บ้านของฤทธิซึ่งอยู่ใกล้ๆ กัน **Siddhi** อุ้มตุ๊กตาแสนสวยของเธอและของเล่นอื่นๆ ด้วย ฤทธิมีลานบ้านในบ้านของเธอ พวกเขาเล่นอยู่ที่นั่นเป็นเวลานานแล้วจึงเดินไปที่สวนและเล่นใต้เงาต้นไม้ **Riddhi** และ **Siddhi** สนุกกับการเล่นเกมในบ้าน พวกเขาทำหม้อดินและเล่นกับพวกเขา แล้วเดย์ก็ทำครัวปลอมๆ และอาหารปรุงสุก หลังจากทำตัวเหมือนแม่ เมื่อพวกเขาเหนื่อย ขณะที่พวกเขากำลังวางแผนจะเก็บข้าวของ **Gracie** ก็มาสมทบกับพวกเขา เขาอยากเล่นกับพวกเขา จากนั้นทั้งสามก็วางแผนที่จะเริ่มเกมใหม่นั่นคือเกมของโรงเรียน สิทธิจึงทำหน้าที่เป็นครู และที่เหลือก็ต้องเป็นนักเรียน

พวกเขาเล่นและสนุกมาก

สิทธีนำสมุดบันทึกคร่าวๆ ของเธอมาเขียนชื่อนักเรียนนักแสดง

มีผู้เข้าร่วมประชุมอย่างเหมาะสมแล้วจึงศึกษาตามปกติต่อไป

ชั้นเรียนแรกเป็นชั้นเรียนคณิตศาสตร์และภาษาฮินดี

หลังจากที่นักเรียนเขียนเสร็จแล้ว

ครูสิทธิก็ทำงานแก้ไขและมอบสมุดจดให้พวกเขา เด็กๆ สนุกสนานกันมาก

พระอาทิตย์กำลังจะตกดินและแม่ของพวกเขาก็เรียกพวกเขากลับบ้าน

เด็กถูกบังคับให้กลับไป

เด็กๆ ต่างก็มีโลกเป็นของตัวเอง พวกเขาเป็นสิ่งมีชีวิตที่น่ารัก

พวกเขามีความสนุกสนานที่แตกต่างกันและต้องการที่จะอยู่ที่นั่นตลอดไป

คนดังกล่าวคือเกรซี่ สิทธิ และฤทธี

ที่บ้าน Gracie ไม่มีใครเล่นด้วย เขาเคยเล่นคนเดียว

พี่สาวของเขาไม่ชอบเล่นกับเขาเลย เมื่อเขายืนกรานที่จะเล่นกับเธอ

เธอก็จะเริ่มสอนเขา นี่ทำให้เกรซี่รู้สึกเบื่อหน่ายมาก

พ่อของเกรซี่ต้องทำงานที่สำนักงานซึ่งอยู่ไกลจากตัวเมืองมาก

เขาต้องอยู่ที่นั่นและเคยกลับบ้านเฉพาะวันหยุดสุดสัปดาห์เท่านั้น

แม่ของเขาก็เป็นผู้หญิงทำงานด้วย เธอยังออกไปทำงานทุกวัน

เมื่อเธอกลับบ้าน เธอยุ่งกับงานบ้าน Gracie

ยืนกรานให้เธอเล่าเรื่องให้เขาฟัง

และเธอมักจะหาข้อแก้ตัวเพื่อหลีกเลี่ยงเรื่องนั้น

เกรซี่คงจะเสียใจมากเพราะเรื่องทั้งหมดนี้ บางทีก็โกรธไม่คุยกับใครเลย

แต่เขาไม่สามารถแสดงความโกรธได้นาน

จากนั้นพวกเขาทั้งหมดก็สนุกสนานและเสียงหัวเราะดังลั่น น้องสาวของ

Gracie ช่วยแม่ของเธอที่ทำงาน

จากนั้นพวกเขาก็สนุกกับการดูหนังการ์ตูนหรืออะไรก็ตามที่น่าสนใจในทีวี

Gracie ก็เป็นนักชิมเหมือนกัน เขาชอบกินอาหารอร่อยๆ หลากหลาย เขารู้สึกหิวหลังจากผ่านไปได้ไม่นาน มักเกิดขึ้นในช่วงเวลาสั้นๆ และถูกบังคับให้เข้าครัวเพื่อหาอะไรกิน
เขาจะกินช็อคโกแลตที่เก็บไว้ในตู้เย็นจนหมด
เมื่อเก็บทั้งช็อคโกแลตและผลไม้ไว้ เขาไม่แม้แต่จะดูผลไม้ด้วยซ้ำ
เมื่อสิ่งเดียวกันเกิดขึ้น เกรซี่รู้สึกอยากกินอะไรบางอย่าง
"จะกินอะไรและจะถามใคร? เนื่องจากแม่ไม่สบาย
ฉันจึงต้องจัดการเรื่องต่างๆ ด้วยตัวเอง เดี๋ยวก่อนเกรซี่" เขาคิดว่า.
"ฉันต้องไปหาอะไรบางอย่างในครัวแน่นอน" เมื่อคิดได้เช่นนี้เขาก็เปิดตู้เย็น
"ไม่นะ ! ตู้เย็นว่างเปล่า เป็นไปได้ยังไง?" เขาแปลกใจและเสียใจด้วย
ตอนนี้เขาไม่ยอมแพ้และค้นหาทุกชั้นวางและภาชนะต่อไป
และความพยายามของเขาก็ไม่สูญเปล่า มีบางอย่าง
"ฉันมีอะไรน่ากินบ้างไหม" เขาเปิดภาชนะและลิ้มรสบางสิ่งที่ดูเหมือนเกลือ
" โอ้ใช่ . มันอร่อยที่สุด" มันเป็นภาชนะที่เต็มไปด้วยกลูโคส
เขานั่งลงพร้อมกับภาชนะและช้อนและสนุกกับการกินมาก
ตอนนี้กลายเป็นกิจวัตรประจำวันในการเลี้ยงตัวเองด้วยกลูโคส
เนื่องจากแม่ของเขาเก็บกลูโคสไว้จำนวนมากในสต็อก
ภายในไม่กี่วันสต็อกก็ค่อยๆหมดลง จากนั้น **Gracie**
ผู้น่าสงสารก็ประสบปัญหา หิวเมื่อไหร่ก็หาอะไรกินไม่ได้เลย
เขามักจะไปที่ห้องครัวซ้ำแล้วซ้ำเล่าและค้นหาในกล่องทั้งหมด
แต่ก็ไม่พบสิ่งใดเพิ่มเติม
หลายๆ อย่างต้องเก็บไว้ในครัว
เพราะเป็นเรื่องยากมากที่คุณแม่ที่ทำงานจะต้องวิ่งไปตลาดทุกขณะ
วันหนึ่งแม่ของเขาก็ต้องการน้ำกลูโคสเช่นกัน เธอขอให้ **Gracie**
ลูกชายของเธอนำมันมา แต่เขาปฏิเสธ

เมื่อเธอไปที่ห้องครัวและพยายามหาภาชนะใส่กลูโคส
เธอก็ไม่พบเมล็ดข้าวแม้แต่เมล็ดเดียว

"เกรซี่ เกรซี่ มานี่สิ! มีกลูโคสสะสมอยู่ที่นี่มากมาย ตอนนี้อยู่ที่ไหน?"

"ผมกินหมดแล้วครับแม่.. ฉันรู้สึกหิวมาก"

"ใช้ได้. แต่ก็ต้องมีอะไรเหลืออยู่ มองหามันและนำมาให้ฉันด้วย"

"ไม่ครับแม่ ไม่เหลืออะไรเลย ฉันค้นหาทุกที่อย่างละเอียดแล้ว"

"ลูกเอ๋ย มีหุ้นค่อนข้างมาก หกตู้ กล่องละหนึ่งกิโลกรัม
ทำไมคุณถึงกินกลูโคสได้มากขนาดนั้น?"

แล้วเกรซี่ก็เป็นแม่ เขาแค่ก้มหัวลงต่ำ แม่มองดูลูกสาวของเธอที่ยืนอยู่ใกล้ ๆ
เช่นกัน เธอกำลังยิ้ม ความโกรธของแม่หายไป และเธอก็ตะโกนใส่เขาไม่ได้
แต่หัวเราะกับใบหน้าที่ไร้เดียงสาของเขา

"มันเป็นขนมปังและเนยเหรอ? ใครบ้างที่กินกลูโคสในปริมาณมากขนาดนี้?
เสร็จแล้วทำไมไม่บอก ตอนนี้ฉันเข้าใจสิ่งที่เกิดขึ้นกับคุณแล้ว
ทำไมช่วงนี้อ้วนขึ้น.. คุณควรกินผลไม้บ้าง"

"แม่คะ คุณไม่ได้เอาผลไม้มาด้วย" ฉันจะทำอย่างไร? ฉันหิวมากจริงๆ
คุณบอกฉันว่าฉันควรกินอะไร"

"โอ้ คุณน่าจะไปตลาดและซื้อผลไม้ด้วยตัวเองใช่ไหม?"

แล้วเขาก็กอดลูกชายด้วยความรักแล้วบอกว่า "มากับฉันด้วย"
เราจะไปตลาดและซื้อของจำเป็นบางอย่าง
นอกจากนี้คุณยังจะได้เรียนรู้วิธีการซื้อของเพื่อจะได้ดูแลแม่ของคุณเมื่อเธอ
ป่วยและไม่หิวด้วยตัวเอง"

จากนั้นทั้งสามก็ไปตลาดและชอปปิ้งกันมากมาย
พวกเขานำสิ่งของจำเป็นในครัว ข้าว เมล็ดพืช และน้ำตาลมาด้วย
จากนั้นพวกเขาก็ซื้อช็อคโกแลต ไอศกรีม และผลไม้
พวกเขากลับบ้านอย่างมีความสุข ตอนนี้เกรซี่รู้สึกมีความสุขมาก

ความลับแห่งชัยชนะ

นิ้วของเขาเลื่อนไปบนหน้

าจอมือถืออย่างต่อเนื่อง
เขารู้สึกเหมือนเขาเป็นราช

าแห่งราชวงศ์
กษัตริย์ไม่เพียงแต่มีชื่

อเสียงเท่านั้น
แต่ยังมีวิถีชีวิตและการทำ

สิ่งที่พระองค์ต้องการอีกด้วย

ทำให้เด็กชายชื่อราชาเป็นเหมือนกษัตริย์หรือเจ้าชายจริงๆ

ราชาเป็นเด็กชายอายุสิบห้าปี เนื่องจากการเอาอกเอาใจมากเกินไป

เขาจึงมีนิสัยที่ไม่ดีในธรรมชาติของเขา และเขากลายเป็นเด็กขี้เกียจ

เขามักจะตื่นสายในตอนเช้า
ทันทีที่เขาตื่นเขาจะหยิบมือถือขึ้นมาโดยอัตโนมัติ และเริ่มเลื่อนดู

ไม่ว่าเขาจะเล่นวิดีโอเกมหรือพูดคุยกับเพื่อนๆ
จริงๆแล้วมันเหมือนกับว่าเขาได้พัฒนาอาการติดมือถือขึ้นมา
สมาร์ทโฟนก็เหมือนกับเพื่อนที่รวดเร็วที่เขาอยากอยู่ด้วยตลอดไป

"ราชา ราชาเหรอ? คุณอยู่ไหน"

แม่ตะโกนขณะที่สมาร์ทโฟนวางอยู่บนโต๊ะในห้องของเขา

" ฉันประหลาดใจ. โทรศัพท์ของลูกฉันอยู่คนเดียวได้อย่างไร?

เขาคงจะยุ่งอยู่ในห้องน้ำและไม่มีที่อื่นอีกแล้ว" ผู้เป็นแม่ก็กังวล

เธอพูดถูก ราชาอยู่ในห้องน้ำ

เมื่อเขาเปิดประตูเขาก็เข้าไปในครัวและขอน้ำหนึ่งแก้ว

"โอ้ ราชาซาฮิบมาแล้ว คนรับใช้จะต้องอยู่ที่นั่นเพื่อรับใช้เขา" เธอเยาะเย้ย
ราชาไม่ตอบ เขารู้ว่าแม่ของเขาโกรธ เขาหยิบแก้วขึ้นมาเติมน้ำแล้วดื่ม ตอนนี้เขาพอใจแล้ว

เขากลับมาที่ห้องของเขาและนอนบนเตียงอีกครั้ง
หลังจากนอนอยู่ที่นั่นสักพัก เขาก็หยิบมือถือขึ้นมาในมืออีกครั้งและเริ่มเล่น เขาใช้เวลาทั้งวันกับมันและไม่ขออะไรอีก

ตอนนี้เป็นเวลาบ่ายแล้ว แม่เรียกเขาว่า

"ราชา โอ้ ราชา ออกมาร่วมโต๊ะกินข้าวกับเราสิ"

"ไม่ ฉันอยู่ที่นี่ก็ได้"

"วันนี้คุณจะไปอดอาหารไหม ถ้าไม่ก็ออกมากินข้าวข้างนอก" เธอพูด.

แต่ราชาไม่ฟัง เขายังคงอยู่กับโทรศัพท์ของเขา

แม้ว่า เขารู้สึกเหนื่อยและรู้สึกหิวด้วย

ถึงแม้เขาจะไม่อยากออกจากห้องก็ตาม
เขายังคงนั่งหลับตาอยู่สองสามนาทีโดยหนุนหมอนของเขา เขาหิว
ดวงตาของเขายังมีความเจ็บปวดเล็กน้อยเนื่องจากการจ้องมองบนหน้าจอมือถืออย่างต่อเนื่อง เขาหยุดเกมที่กำลังเล่นอยู่ชั่วคราว
เขารู้ว่าแม่ของเขาจะปรากฏตัวพร้อมกับจานที่เต็มไปด้วยอาหารอร่อย และสิ่งเดียวกันก็เกิดขึ้น เขาเพลิดเพลินกับรสชาติของอาหารร้อนๆ

ตอนนี้ก็ถึงเวลานอนแล้ว เขาหลับตาลงครู่หนึ่ง

เขาถือมือถือไว้ในมือแล้วเขาก็หลับไป
เมื่อแม่ของเขาเห็นเขานอนหลับอยู่ในท่านี้
เธอก็หยิบสมาร์ทโฟนไปจากมือของเขา และปล่อยให้เขานอนหลับสบาย

เนื่องจากความประมาทและเฝ้าดูหน้าจอโทรศัพท์อย่างต่อเนื่องของราชา สายตาเริ่มแย่ลงและเขาเริ่มรู้สึกปวดหัวเกือบตลอดเวลา
พ่อแม่ของเขาไม่สามารถซ่อนปัญหานี้ได้
และพวกเขารู้สึกว่าจำเป็นต้องปรึกษาผู้เชี่ยวชาญด้านตา

แพทย์ตรวจสายตาให้ราชาและแนะนำให้สวมแว่นตาที่เหมาะสม มีสุภาษิตว่า
: เวลาและกระแสน้ำไม่เคยคอยใคร เวลาผ่านไปอย่างช้าๆ

และการสอบครึ่งปีของเขาก็มาถึง

จริงๆ แล้วราชาไม่ประจำที่โรงเรียน

เขาพลาดชั้นเรียนส่วนใหญ่เนื่องจากการติดสมาร์ทโฟน
ทันทีที่ราชารู้เกี่ยวกับเดทชีทจากเพื่อนคนหนึ่ง เขาก็กังวล
วันรุ่งขึ้นเขาไปโรงเรียนเพื่อเข้าเรียนในชั้นเรียนปกติ

"ตอนนี้ราชาคุณจะทำอย่างไร?
คุณเหลือเวลาไม่นานนักและดูเหมือนว่าจะปกปิดหลักสูตรทั้งหมด"
เขาเริ่มพูดคุยกับตัวเอง เขากังวลจริงๆ

และตระหนักดีถึงความผิดพลาดที่เสียเวลาไป
ตอนนี้เป้าหมายใหญ่อยู่ตรงหน้าเขา
และเขาไม่สามารถเข้าใจได้ว่าต้องทำอะไรในขณะนี้
เขาไม่เคยศึกษาอย่างจริงจังเลย
และมิตรภาพของเขากับโทรศัพท์มือถือก็สร้างปัญหาให้กับเขา
อย่างไรก็ตามเขาไม่พร้อมที่จะยอมแพ้
เขาตัดสินใจที่จะทำงานหนักและชนะการต่อสู้
เขาไม่มั่นใจมากเกินไปแต่เขาสัญญากับตัวเองว่าจะปรับปรุง
เพื่อนและครูของเขาช่วยเขาในเรื่องนี้
เขาจัดการบทเรียนและงานที่ได้รับมอบหมายทั้งหมดได้อย่างรวดเร็ว
และแสดงให้ครูที่เกี่ยวข้องเห็น
จากนั้นเขาก็ต้องศึกษาทุกอย่างให้ถี่ถ้วนและท่องจำด้วย
เนื่องจากหลักสูตรมีมากมายและมีเวลาไม่เพียงพอ
ราชาจึงนอนไม่หลับแม้แต่น้อย

ในวันสอบครั้งแรกเขาก็มาถึงการสอบ ห้องโถงและนั่งลง

เขาอธิษฐานต่อพระเจ้าโดยหลับตาลงครู่หนึ่ง
เมื่อกระดาษคำถามปรากฏบนโต๊ะของเขา
เขากำลังจะหมดสติไปครู่หนึ่งเนื่องจากเขาจำไม่ได้ว่าเขาเรียนและเรียนรู้อะไรที่บ้านมาบ้าง

คำตอบของคำถามทั้งหมดทำให้เกิดความสับสนในใจของเขา อย่างไรก็ตามเขาต้องเขียนอะไรบางอย่างเพราะเขาไม่สามารถปล่อยให้กระดาษคำตอบว่างได้ เขาเขียนคำตอบส่วนใหญ่ผิด

หลังจากมอบกระดาษคำตอบให้เจ้าหน้าที่คุมสอบแล้ว เขาก็กลับบ้าน เขารู้สึกเศร้ามาก

นอกจากนี้เขายังสามารถจินตนาการเกี่ยวกับตำแหน่งของเขาในการสอบที่กำลังจะมาถึงได้อีกด้วย

อย่างไรก็ตามเขาจะต้องทำได้ดีในระดับของเขาให้ดีที่สุด

เมื่อสอบเสร็จแล้วก็รู้สึกผ่อนคลาย และแล้ววันประกาศผลสอบก็มาถึง

ราชาได้คะแนนน้อยอย่างที่คาดไว้

พ่อแม่ของเขาไม่พอใจกับผลงานของเขาเช่นกัน

ไม่กี่เดือนต่อมา ราชาต้องสอบเข้ากระดาน พ่อแม่ของ **Raja** ตัดสินใจช่วยเขาในการศึกษาเพราะพวกเขาคิดว่าเขาคงเรียนไม่ได้หากไม่ได้รับความช่วยเหลือจากพวกเขา

วันหนึ่งพ่อของราชาโทรมาคุยเรื่องการเรียน ?

เขากล่าวว่า "ลูกเอ๋ย ตามที่เจ้าได้เห็นผลลัพธ์ของเจ้าแล้วในระยะกลาง เจ้ามีแผนกลยุทธ์อะไรบ้างที่จะผ่านกระดานก่อนและกระดาน" คุณต้องให้ความคิดเกี่ยวกับมัน ?

ถึงเวลาที่เหมาะสมที่จะหารือเรื่องนี้กับคุณแล้วหรือยัง"

ราชาไม่สามารถตอบได้ เขาเก็บแม่ไว้

เขายังตระหนักถึงความผิดพลาดในอดีตและความต้องการทำงานหนักและวางแผนไว้ในอนาคต

"คุณประสบความสำเร็จอะไรจากการใช้เวลากับสมาร์ทโฟนเครื่องนี้? คุณได้อุทิศอนาคตของคุณให้กับอุปกรณ์นี้ ไปอยู่กับมันเดี๋ยวนี้"

"ไม่ครับพ่อ ฉันรู้ว่าฉันผิด"

"แล้วคุณตัดสินใจอะไรเกี่ยวกับอนาคต"

"ฉันจะไม่ยึดติดกับสมาร์ทโฟนเครื่องนี้อีกต่อไป ถ้าฉันทำฉันจะล้มเหลว

และฉันไม่พร้อมที่จะต้อนรับความล้มเหลว
ดังนั้นฉันจึงตัดสินใจที่จะทุ่มเทความพยายามอย่างเต็มที่ในการศึกษา
ฉันจะจัดตารางเวลาและทำตามนั้น
โปรดยกโทษให้ฉันด้วยสำหรับความผิดพลาดครั้งก่อนของฉัน"

ราชารู้สึกภาคภูมิใจเมื่อได้ยินคำพูดของบิดา เขาพูดว่า "พ่อครับ ผมสัญญาว่าผมจะตั้งใจเรียนและพิสูจน์ความเป็นเลิศในการสอบคณะกรรมการ โปรดอวยพรและนำทางฉันด้วย"

"จงจำราชาไว้ ไม่มีอะไรที่เป็นไปไม่ได้ในโลกนี้ เมื่อคุณตัดสินใจที่จะชนะ มันจะเป็นทางเลือกที่ดี ต่อไปคือการมีแผนและปฏิบัติตามนั้น ต้องใช้ความพยายามอย่างจริงใจของคุณ พรของฉันอยู่กับคุณเสมอ"

ราชาเปลี่ยนกิจวัตรของเขาจากวันนั้น
เขาสร้างกำหนดการที่แน่นอนให้ปฏิบัติตาม
เขาจัดสรรเวลาเล็กน้อยเพื่อความบันเทิงและไม่มีเวลาสำหรับวิดีโอเกม
เขาใช้สมาร์ทโฟนเพื่อการศึกษาด้วย
ด้วยเหตุนี้ราชาจึงเตรียมสอบด้วยความทุ่มเทอย่างยิ่ง
เมื่อไปห้องสอบเขาไม่กลัวเลย
ครั้งนี้เขาทำได้ดีและตอบคำถามส่วนใหญ่ได้ถูกต้อง

นักเรียนทุกคนต่างรอคอยผลลัพธ์อย่างใจจดใจจ่อ
เมื่อประกาศผลสอบทุกคนก็ประหลาดใจ การทำงานหนักของ **Raja** ได้ผลแล้ว เขาได้รับตำแหน่งแรกในชั้นเรียนของเขา ครูของเขาตบหลังเขาและเพื่อนๆ ของเขาก็ชื่นชมเขา พ่อแม่ของราชากอดเขา

ประทานความรักแก่เขาและอวยพรเขา

จริงๆ แล้ว ราชาค่อนข้างฉลาดตั้งแต่แรกเริ่ม

นั่นคือเหตุผลว่าทำไมเขาถึงค่อนข้างประมาทและมั่นใจมากเกินไป จากนั้นสมาร์ทโฟนก็เข้ามาในชีวิตของเขาและสร้างความปั่นป่วนทั้งในด้านการเรียนและสุขภาพของเขามากมาย ดังนั้นลูกที่รัก

ป่อยครั้งคุณอาจรู้สึกถึงสถานการณ์เช่นนั้นในชีวิต
ถ้าอย่างนั้นคุณต้องตระหนักถึงความจริงที่ว่าไม่มีทางเลือกในการทำงานหนัก และถ้าคุณสละเวลาอย่างสม่ำเสมอในการศึกษาตั้งแต่เริ่มต้น

คุณจะไม่รู้สึกว่าต้องทำงานหนักเกินไป การศึกษาอาจจะค่อนข้างน่าสนใจ คุณสามารถมีเวลาสำหรับเล่นเกมและความบันเทิงได้เช่นกัน

การวางแผนและการทำงานหนักคือเคล็ดลับของความสำเร็จอย่างแท้จริง ราชาก็ได้เรียนรู้บทเรียนเช่นกัน

บันทึกอันไพเราะ

โนนิและนีนูเป็นเพื่อนที่ดีที่สุด
ทั้งคู่ยังเป็นวัยรุ่น
อายุประมาณสิบห้าหรือสิบหกปี
พวกเขาเรียนด้วยกันมาตั้งแต่เด็ก มิตรภาพระหว่างทั้งสองก็แข็งแกร่งขึ้นทุกวัน
บ้านที่เด็กผู้หญิงอาศัยอยู่ไม่ได้อยู่ใกล้กันมากนัก

พวกเขาอยู่ห่างไกลกันและอยู่ในสองห้องที่ที่แตกต่างกัน
เนื่องจากพวกเขาเรียนที่โรงเรียนเดียวกันและร่วมชั้นเรียนเดียวกัน
พวกเขาจึงมีเวลามากพอที่จะใช้เวลาร่วมกัน
เด็กหญิงทั้งสองกำลังเรียนอยู่ในมาตรฐานเก้า
ทั้งสองมีความจริงใจและช่วยเหลือซึ่งกันและกันในการศึกษา

โนนิสูงกว่าและแข็งแกร่งกว่าเล็กน้อย
ในขณะที่นีนูมีรูปร่างผอมเพรียวและมีรูปลักษณ์ธรรมดาๆ จริงๆ

แล้วรูปลักษณ์ไม่ใช่คำพ้องของบุคลิกภาพ
เนื่องจากบุคลิกภาพโดยรวมของบุคคลคือการผสมผสานระหว่างคุณสมบัติ ทัศนคติ และค่านิยมทางศีลธรรมที่หลากหลาย

ดังนั้นเราจึงไม่สามารถตัดสินคนเพียงแค่รูปลักษณ์ภายนอกได้
เราทุกคนรู้ดีว่ามิตรภาพที่แท้จริงคือของขวัญจากพระเจ้า
ผู้โชคดีจะได้รับของขวัญล้ำค่านี้ เพื่อนแท้มักจะเติมเต็มซึ่งกันและกัน

มนุษย์ทุกคนมีข้อบกพร่อง และไม่มีใครสมบูรณ์แบบ

ทุกคนทำผิดพลาดมากมายในชีวิต ไม่มีมนุษย์คนใดที่สมบูรณ์แบบในโลกนี้ เราทุกคนมีข้อบกพร่องบางประการหรือข้อบกพร่องอื่น ๆ นอกจากนี้

การมีเพื่อนที่ภักดียังทำให้เรารู้สึกสมบูรณ์แบบโดยไม่ต้องพยายามเป็นพิเศษใดๆ

มิตรภาพของโนนิและนีนุเป็นเช่นนั้น
เมื่อคนใดคนหนึ่งในสองคนต้องขาดเรียน
อีกคนจะช่วยเธอทำการบ้านและการบ้านให้เสร็จในวันนั้น
พวกเขาช่วยเหลือซึ่งกันและกัน ดังนั้นทั้งคู่จึงมีความเป็นเลิศในการศึกษา

โนนิชอบดนตรี เธอชอบร้องเพลงเหมือนกัน

เมื่อใดก็ตามที่เธอพยายามเธอก็รู้สึกว่าเธอร้องเพลงไม่เก่ง ในทางกลับกัน

นีนูก็จะร้องเพลงนิดหน่อย วันหนึ่ง ขณะที่นีนูกำลังฮัมเพลง

ความลับนี้ถูกเปิดเผยให้โนนิเพื่อนของเธอเห็น เธอชื่นชมเธอ

เธอรู้สึกเสียใจว่าทำไมเสียงของเธอจึงไม่ดีนักและเธอร้องเพลงได้ไม่ดีนัก
จากนั้นเธอก็ตัดสินใจว่าจะฟังเพื่อนของเธอและพยายามเรียนรู้วิธีร้องเพลง
เธอขอให้นีนูสอนเธอ แต่นีนูเองก็ไม่ใช่ครูที่สมบูรณ์แบบ เธอกล่าวว่า

“ทำไมเราไม่ควรพูดคุยกับพ่อแม่ของเราในเรื่องนี้?
พวกเขาอาจจะจัดชั้นเรียนดนตรีให้เราทั้งคู่เพราะฉันก็จำเป็นต้องเรียนรู้มากเหมือนกัน ฉันไม่ค่อยเก่งเรื่องดนตรี”

โนนิเข้าใจสิ่งที่เพื่อนของเธอหมายถึงจะพูด
เธอบอกเธอว่าเธอจะไปเยี่ยมบ้านนีนูในวันอาทิตย์ที่จะถึงนี้ นีนูมีความสุข

เธอบอกว่าบทสนทนาทั้งหมดเกิดขึ้นในหมู่เพื่อนฝูงและความปรารถนาของเธอก็เช่นกัน

เด็กเป็นสิ่งมีชีวิตที่ไร้เดียงสามาก
พวกเขามีความชัดเจนและสะอาดมากในระดับมโนธรรมของพวกเขา
พวกเขาไม่มีนิสัยเก็บความแค้นไว้ในใจ
พวกเขาอดไม่ได้ที่จะพูดตรงไปตรงมาเพราะพวกเขาไม่รู้สึกว่าจำเป็นต้องเป็นอย่างอื่น เมื่อคนเราเติบโตขึ้นจากวัยเด็กสู่วัยรุ่น

บุคลิกที่เรียบง่ายของพวกเขาก็เริ่มจางหายไป
และพวกเขาก็สร้างชั้นหรือหน้ากากต่างๆ รอบตัวพวกเขา

นี่แหละที่เราเรียกว่า "โลก" ลองนึกถึงสิ่งที่เกิดขึ้นกับโลกนี้

ถ้าทุกคนยังเป็นเด็ก
เมื่อนั้นก็จะไม่มีการทะเลาะวิวาทไม่มีการทะเลาะวิวาทและความอิจฉาริษยา
ทุกคนสามารถอยู่ด้วยความรักและสันติสุข โลกจะไม่น่าอยู่ขึ้นเลยหรือ

ในที่สุดวันอาทิตย์ก็มาถึง เมื่อโนนิต้องไปเยี่ยมบ้านนีนุ

เมื่อเวลาประมาณสิบโมงเช้า **Neenu**

ได้แจ้งให้ครอบครัวของเธอทราบแล้วว่าเพื่อนพิเศษของเธอกำลังจะมา
คุณแม่เตรียมอาหารเช้าพิเศษสำหรับแขกพิเศษ
และทุกคนก็รวมตัวกันที่โต๊ะรับประทานอาหาร ขนมปังปาโครัสอร่อยมาก

พวกเขาทั้งหมดสนุกสนานไปกับการสนทนา
แม่คุยกับโนนิเกี่ยวกับแม่ของเธอและสมาชิกครอบครัวคนอื่นๆ คนอื่นๆ

ก็มีส่วนร่วมในการสนทนาเช่นกัน หลังอาหารเช้า นีนุพาโนนิไปรอบๆ

บ้านแล้วพากลับไปที่ห้องของตัวเอง

"โนนี่ มา.. ดูห้องนี้สิ.. มันเป็นห้องเรียนของฉันเหรอ? เป็นยังไงบ้าง? มา

นั่งพักผ่อนตรงนี้กัน มา. มีเก้าอี้ตัวนี้"

เธอชี้ไปที่เก้าอี้ตัวหนึ่งแล้วหยิบอีกตัวมาเอง

ที่นั่นพวกเขานั่งเป็นเวลานาน พวกเขาพูดคุยกันในหัวข้อต่างๆ ต่อไป

จากนั้นพวกเขาก็เริ่มเล่นเกม **Scrabble** โนนิก็มีความสุข

หลังจากนั้นขณะที่พวกเขากำลังแบ่งปันสมุดบันทึก
เธอก็สังเกตเห็นว่านีนูเขียนเพลงบางเพลงไว้ที่ด้านหลังของสมุดบันทึกของเ
ธอ โนนิร้องขอ "นีนู ช่วยร้องเพลงให้ฉันหน่อยสิ"

มันจะทำให้ฉันรู้สึกมีความสุข" ขณะที่นีนูร้องเพลง

เธอก็ตื่นเต้นมากที่ได้ยินเสียงอันไพเราะของเธอ
พอตกเย็นเล่นกันสนุกสนานโนนิก็อยากกลับ เธอบอกลาทุกคนแล้วกลับไป

เมื่อกลับมาถึงบ้าน
โนนิเริ่มยืนกรานให้แม่ของเธอทุกวันว่าเธออยากเรียนดนตรีร้องด้วย
เธอชอบความคิดนี้เช่นกัน
แม่ของเธอกำลังคิดที่จะแนะนำการศึกษาด้านดนตรีให้กับลูกสาวของเธออย่างเป็นทางการแล้ว พ่อแม่ของเด็กหญิงทั้งสองจึงคุยกันเรื่องเดียวกัน

มีโรงเรียนดนตรีแห่งหนึ่งในเมือง
ทั้งเพื่อนทั้งนีนุและโนนิเคยศึกษาดนตรีคลาสสิกที่นั่น
พวกเขาต้องฝึกร้องเพลงที่บ้านด้วย ภายในเวลาไม่กี่เดือน

พวกเขาก็ได้เรียนรู้พื้นฐานของดนตรี
เมื่อไหร่ก็ตามที่พวกเขาร้องเพลงด้วยกัน
บรรยากาศโดยรอบก็เต็มไปด้วยความร่าเริงด้วยเสียงอันไพเราะอันไพเราะของพวกเขา ทุกคนมีความสุขที่บ้านและที่โรงเรียน

และชื่นชมความพยายามของเด็กหญิงทั้งสอง

คุณย่าและอามิชา

"คุณย่า คุณย่าที่รัก คุณอยู่ที่ไหน?
ฉันตามหาคุณไปทั่วมานานแล้วเหรอ?
คุณกำลังเล่นเกมซ่อนหากับฉัน
หรือเปล่า" อามิชา
เด็กหญิงอายุสิบขวบวิ่งไปมา
ในบ้านของเธอ ขณะที่เธอเดินไปรอบๆ
เธอเห็นคุณยายของเธอ

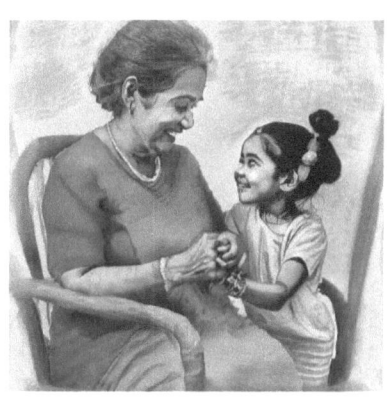

นั่งอยู่ในห้องละหมาด เธอคิดว่า
"จะดีกว่าไหมที่จะรอสักพักแทนที่จะไปรบกวนเธอในระหว่างการสวดมนต์"
และ **Amisha** ตัวน้อยก็ยืนรออยู่ห่างๆ

แต่เธอไม่สามารถรอได้นานกว่าสองสามนาที
เธอเข้าไปใกล้คุณยายและเริ่มทำให้เธอหนักใจ

"โอ้ อามิชา นั่นคุณเอง"

ฉันสามารถระบุตัวคุณได้ตลอดเวลาแม้ในขณะที่ฉันหลับตา โอ้ ! เอาล่ะ
ตุ๊กตาแสนซน ปล่อยฉันก่อน เมื่อนั้นฉันจะสามารถฟังสิ่งที่คุณอยากพูดได้"
คุณยายของเธอกล่าว อามิชาตัวน้อยก็ซนนิดหน่อย
ส่วนใหญ่เธอต้องการใครสักคนที่จะเล่นกับเธอ
ที่บ้านยายของเธอเป็นเพื่อนที่ดีที่สุดของเธอ เธอพยายามอยู่กับเธอเสมอ
ทั้งสองพูดคุยกันมากหรือเด็กน้อยต้องการเล่าเรื่องราว บทกลอน
หรือประสบการณ์ของเธอที่โรงเรียน
บางครั้งเธอก็อยากฟังเรื่องเล่าจากคุณยายของเธอ

สิ่งดีดีที่พระเจ้าสร้างมา มิตรภาพของเด็กและผู้ใหญ่

ทั้งคู่ชอบบริษัทของกันและกันตามที่ต้องการมากที่สุด สิ่งมีชีวิตเล็กๆ

มักจะมีสิ่งที่จะพูดและแบ่งปันกับคนที่พวกเขารักอยู่เสมอ
ปู่ย่าตายายรู้วิธีจัดการกับทุกสิ่งที่น้องชอบทำ
คุณย่าและอามิชาซึ่งเป็นหลานสาวของเธอก็เช่นกัน

เมื่อคำอธิษฐานสิ้นสุดลง คุณยายต้องการความช่วยเหลือเพื่อลุกขึ้น

เธอรับแขนของ **Amisha** ลุกขึ้นยืนและออกจากห้องละหมาด

Amisha เคยเล่นกับคุณยายของเธอบ่อยมาก

เมื่อใดก็ตามที่เธอเห็นคุณยายมีเวลาว่างเธอก็จะเริ่มพูดคุยกับเธอ
เธอไม่เพียงแต่เล่นกับเธอเท่านั้น
แต่ยังแบ่งปันกิจกรรมทั้งหมดในแต่ละวันของเธอด้วย
เรื่องราวทั้งหมดจากโรงเรียนของเธอและทุกสิ่งที่มีอยู่ในหัวของเธอ
พ่อแม่ของเธอทำงานอาชีพและไม่มีเวลาว่างกับลูกสาว
ปู่ของเธอยุ่งอยู่กับการอ่านหนังสือพิมพ์หรือดูทีวีอยู่เสมอ
บางครั้งเขาก็ชอบเล่นกับสัตว์ที่น่ารักที่สุดที่บ้านเหมือนกัน

ด้วยวิธีนี้คุณย่าและอามิชาดูโอจึงสนิทสนมกันมากและทำงานได้ดี
พวกเขาลองทำอะไรใหม่ๆ ทุกครั้งที่มีเวลา

คุณยายกำลังนั่งอยู่บนเก้าอี้โซฟาในห้องโถง
อามิชาก็เข้ามากราบบนตักของนางด้วย
เธอกอดหลานสาวและให้เธอนั่งใกล้เธอ
จากนั้นเธอก็ถามว่าเธอต้องการพูดอะไรระหว่างสวดมนต์

"คุณย่า คุณไปทำอะไรที่นั่น?"

"ฉันกำลังอธิษฐานต่อพระเจ้า"

"ทำไมคุณถึงอธิษฐานแม่"

"ฉันขออธิษฐานให้คุณมีสุขภาพที่ดีและแข็งแรงของทุกคน"

"จำเป็นไหมที่ทุกคนจะต้องสวดภาวนาทุกวัน?"

"ใช่แล้วที่รัก. ทุกคนต้องอธิษฐานอย่างน้อยวันละครั้งหรือสองครั้ง"

"พระเจ้าฟังเราไหม?"

"ใช่แล้ว พระเจ้าทรงฟังคำอธิษฐานและคำตอบของเราด้วย"

"ถ้าฉันไม่อธิษฐาน พระเจ้าจะลงโทษฉันไหม?"

"ไม่ พระเจ้ารักเราทุกคน ทำไมเขาจะลงโทษเราโดยไม่มีเหตุผล"

"คุณยาย บางคนบอกว่าพระเจ้าลงโทษเรา มันไม่จริงเหรอ?"

"แท้จริงแล้วพระเจ้ารักเราเท่านั้น
เราถูกลงโทษสำหรับความผิดพลาดของเราเอง
ครูของคุณไม่ลงโทษคุณทุกครั้งที่คุณสร้างความเสียหายในชั้นเรียนเหรอ?"

"ใช่เธอเป็นคนทำ."

"เธอไม่รักคุณเหรอ?"

"โอ้คุณยาย เธอรักฉันมากที่สุด"

"ที่รัก สิ่งเดียวกันกับพระเจ้าก็เหมือนกัน ตอนนี้คุณจำได้แล้ว
เราถูกลงโทษหรือกระทำความผิด
ความรักและความห่วงใยของพระเจ้าหล่อเลี้ยงเราและทำให้เราฉลาดพอที่จะ
ทำสิ่งที่ถูกต้องในเวลาที่เหมาะสมและรวมถึงการแสดงความเมตตาด้วย"

"โอ้ ! ยาย. คุณคือคุณยายที่น่ารักที่สุดของฉัน
ข้าพเจ้าจะอธิษฐานต่อพระเจ้าตั้งแต่บัดนี้เป็นต้นไป
เพื่อข้าพเจ้าจะมีปัญญามากกว่าที่เป็นอยู่ในปัจจุบัน ขวา ?"

"ถูกต้องลูกของฉัน ถูกต้องที่สุด." และเธอก็กอด Amisha

"คุณย่า ฉันได้ยินมาว่าคุณกำลังขออะไรบางอย่างจากพระเจ้า
คุณบอกฉันได้ไหมว่ามันเกี่ยวกับอะไร?"

"ทำไมจะไม่ล่ะ ? ฉันจะบอกคุณอย่างแน่นอน
ฉันขอให้พระเจ้าดลใจหลานสาวของฉันให้ชงชาให้ฉันในวันนี้"

"ฉันเองคุณยาย? คุณกำลังล้อเลียนฉันใช่ไหม?

ฉันจะเตรียมชาให้คุณได้อย่างไรจนกว่าฉันจะรู้ว่ามันเตรียมไว้อย่างไร"
อามิชาถามอย่างแปลกใจ

"มาหนึ่งตุ๊กตาของฉัน ไม่มีอะไรต้องกังวล ก่อนอื่นเราไปที่ห้องครัวกันก่อน แล้วฉันจะสอนวิธีเตรียมชาให้คุณ"

"คุณยาย ฉันก็เรียนรู้ได้จาก YouTube เหมือนกัน"

"แน่นอนว่าคุณสามารถเรียนรู้ทุกสิ่งได้บน YouTube แต่คุณจะต้องชอบที่จะเรียนรู้จากฉันในขณะที่ฉันอยู่กับคุณในขณะนี้ เมื่อคุณเตรียมชาฉันจะดูแลคุณ ตอนนี้เนื่องจากคุณตัวเล็กเกินไป ฉันจึงจำเป็นต้องอยู่กับคุณ เนื่องจากคุณไม่รู้วิธีจัดการแก๊สและกระทะอย่างถูกต้องด้วยซ้ำ"

Amisha ลังเล

เธอต้องการทำงานทั้งหมดในครัวด้วยตัวเองและในแบบของเธอเอง เธอมีความมั่นใจอย่างมากในตัวเองและประสบการณ์การใช้งาน **YouTube** ของเธอ ในทางกลับกัน

คุณยายของเธอมีศรัทธาในประสบการณ์ชีวิตของเธอเอง

ดังนั้นจึงตัดสินใจว่าทั้งคุณย่าและ **Amisha** จะเตรียมชาด้วยกัน และพวกเขาก็ย้ายไปที่ห้องครัว

ห้องอาบน้ำฝักบัวอันโดดเดี่ยว

นานมาแล้ว มีเพื่อนสองคนชื่อลีลาวดีและกัลวาตีอาศัยอยู่ในเมืองชื่อรัมปูร์
ผู้หญิงทั้งสองคนเป็นเพื่อนบ้านและเป็นเพื่อนสนิทด้วย
มีข่าวลือเรื่องผู้หญิงว่าเวลาเจอกันจะพูดมากเกินไปและศูนย์กลางของการสนทนาคือ
การวิจารณ์คนอื่น

แม้ว่าข่าวลือจะเป็นข่าวลือแต่บางครั้งผู้คนก็เริ่มเชื่อมันโดยไม่รู้ตัว
เราต้องรู้ว่าการวิพากษ์วิจารณ์ผู้อื่นโดยไม่มีเหตุผลอยู่เสมอนั้นไม่ใช่นิสัยที่ดี บางคนพัฒนามันอย่างช้าๆ แม้ว่าพวกเขาจะไม่รู้ตัวก็ตาม

พฤติกรรมของเพื่อนสองคนนี้ตรงกันข้ามกับเรื่องนี้
พวกเขาไม่เคยชอบที่จะพูดใส่ร้ายผู้อื่น
พวกเขาชอบแบ่งปันความสุขและความทุกข์ของกันและกันหรือมุ่งแก้ไขปัญหาที่แท้จริง เมื่อพวกเขาไม่มีอะไรทำ

พวกเขาจะแบ่งปันเรื่องตลกและหัวเราะอย่างเต็มที่

สามีของกัลวาตีทำงานเป็นเสมียนธนาคาร ส่วนสามีของลีลาวดีเป็นช่างทอง
ทั้งสองคนมีลูกไปโรงเรียน เวลาว่างก็มักจะเจอกันที่บ้าน
ด้วยวิธีนี้เวลาผ่านไป ไม่มีใครชอบเสียเวลาว่างไปกับการนินทา
ดังนั้นพวกเขาจึงเริ่มวางแผนที่จะทำอะไรใหม่ๆ และสร้างสรรค์

พวกเขากำลังค้นหาแนวคิดที่สามารถนำไปใช้ได้จริง
สิ่งนี้จะทำให้พวกเขามีงานและเงิน
การทำงานร่วมกันจะเป็นเรื่องสนุกสำหรับพวกเขา
แม้ว่ามันจะไม่ใช่งานง่ายก็ตาม
การเริ่มต้นธุรกิจใหม่และการเติบโตจำเป็นต้องได้รับความเอาใจใส่ เวลา ความรู้ และความทุ่มเทอย่างเต็มที่

อย่างไรก็ตาม
พวกเขาไม่จำเป็นต้องหาเงินเพราะการเงินที่บ้านค่อนข้างเพียงพอสำหรับทั้งสองด้าน ถึงอย่างนั้นพวกเขาก็อยากจะมีประสิทธิผลมากกว่าที่เป็นอยู่
มันจะทำให้พวกเขามีความสุขและครอบครัวของพวกเขาด้วย
จะทำอย่างไรและควรเริ่มต้นธุรกิจใดเป็นคำถามที่อยู่ข้างหน้าพวกเขา
ครั้งหนึ่งตลาดทองคำตกต่ำ ส่งผลให้กิจการของสามีลีลาในทางลบ
แม้ว่าตลาดจะมีขึ้นมีลงอยู่บ้างก็ตาม และมันจะไม่ใช่ปัญหาถาวร

"ถึงเวลาที่เหมาะสมในการเริ่มต้นธุรกิจใหม่" ลีลาคิด

"กะลา น้องสาวของฉัน ฟังฉันนะ" ฉันมีความคิดอยู่ในใจ
ฉันหวังว่าคุณจะชอบมันเช่นกัน" ลีลาแบ่งปันความคิดเห็นกับเพื่อนของเธอ

"อาจจะ. ให้ฉันรู้อะไรบางอย่างในรายละเอียด" กะลา ได้ตอบกลับ

"เราไม่ควรเริ่มต้นธุรกิจเป็นของตัวเองเหรอ?"

"แน่นอน. เป็นความคิดที่ดีมาก."

"คุณบอกฉันว่าเราควรเริ่มต้นธุรกิจประเภทใด?
เราทั้งคู่ควรจะทำงานเป็นหุ้นส่วนกันไหม?"

"ใช่แน่นอน" กัลวาตีกล่าว

"อะไรจะเหมาะกับเรา?
ฉันหมายถึงสตาร์ทอัพที่เราต้องการความช่วยเหลือขั้นต่ำจากสมาชิกคนอื่นๆ ในครอบครัวของเรา"

"ฟังนะพี่สาวลีลา มาเริ่มต้นธุรกิจดองและปาปาดกันเถอะ
เราทั้งคู่จะเตรียมผลิตภัณฑ์เหล่านี้ตั้งแต่เริ่มต้น เมื่อธุรกิจเติบโตขึ้น

เราจะเพิ่มคนงานเพื่อขอความช่วยเหลือ" กัลวาตีพูดอย่างกระตือรือร้น

"ใช่ นั่นฟังดูดี" ลีลาชื่นชมความคิดของเธอ

นอกจากนี้เรายังจะได้เรียนรู้การใช้เทคนิคใหม่ๆ
เพื่อยกระดับธุรกิจของเราให้สูงขึ้น" กัลวาตีกล่าวต่อ

ในที่สุด แนวคิดนี้ก็ได้รับการอนุมัติและนำไปปฏิบัติจริง

ทั้งสองจดวัตถุดิบและซื้อจากร้านขายของชำ พวกเขานำถั่ว เครื่องเทศ

และสเปรดชีตมาทำและทำให้ปาแพดแห้ง พวกเขานำผักหลายชนิด เช่น

แครอท ดอกกะหล่ำ พริก มะยม หัวไชเท้า และอื่นๆ

อีกมากมายมาทำเป็นผักดอง พวกเขาซื้อภาชนะสำหรับจัดเก็บ,

บรรจุภัณฑ์ของผลิตภัณฑ์

ด้วยวิธีนี้เพื่อนทั้งสองจึงทำงานหนักทุกวันและเตรียมผลิตภัณฑ์อย่างระมัดร
ะวัง
พวกเขาติดต่อกับเจ้าของร้านบางส่วนที่พร้อมจะขายและประชาสัมพันธ์ผลิ
ตภัณฑ์ของตนเป็นประจำ เมื่อพวกเขามีรายได้ครั้งแรก

พวกเขามีความสุขมาก
สมาชิกในครอบครัวของพวกเขายังชื่นชมการทำงานหนักของพวกเขาด้วย
พวกเขายังรู้สึกภาคภูมิใจ
เมื่อพวกเขาทั้งหมดมารวมตัวกันในสถานที่เพื่อเฉลิมฉลองความสำเร็จในช
วงแรก ลูกๆ ของพวกเขาให้คำแนะนำว่า "แม่คะ

ทำไมไม่ขายสินค้าทางออนไลน์ล่ะ"

"เราไม่ตระหนักถึงสิ่งเหล่านี้" ผู้เป็นแม่ทั้งสองพูดพร้อมกัน

"มันจะกลายเป็นเรื่องง่ายครับแม่ ป้าพวกเราเด็กๆจะช่วยคุณในเรื่องนี้

มีเว็บไซต์ช้อปปิ้งออนไลน์มากมายซึ่งมีผู้ขายหลายรายขายสินค้าของตน
มันจะไม่เป็นงานที่ยากสำหรับคุณ
สร้างบัญชีผู้ขายและขายผลิตภัณฑ์ของคุณในฐานะ **'Leela Kala Papad '** และ **' Leela Kala Pickles'** และภายในไม่กี่เดือน

ผู้คนจะชื่นชอบผลิตภัณฑ์ของคุณ ดังนั้นอย่าลังเลที่จะเรียนรู้สิ่งใหม่ๆ

คุณคือแม่ผู้กล้าหาญของเรา เราจะช่วยคุณได้มาก
พวกเราไม่ใช่ลูกของคุณเหรอ?" เด็กๆ กล่าว
"ความคิดที่ดี ! แล้วเราจะมีชื่อเสียงในไม่ช้า ฉันถูกไหม ?"
ลีลาวดีและกัลวาตีพูดพร้อมกัน จากนั้นทุกคนที่อยู่ตรงนั้นก็ปรบมือ
"มันเป็นความจริง. จริงๆ แล้วมันไม่ใช่เรื่องตลก" เด็กๆ กล่าว
"เอาล่ะ มาลองดูกัน" เพื่อนทั้งสองคนกล่าว พวกเขาถูกกำหนดไว้แล้ว
แล้วมันก็เกิดขึ้น พวกเขาทั้งหมดทำงานร่วมกัน
ยอดขายและการผลิตเพิ่มขึ้นทุกวันและสามารถทำกำไรได้มากขึ้น
ธุรกิจของพวกเขาเริ่มโดดเด่นในตลาด ปัจจุบัน ลีลา กาลา
ได้กลายเป็นแบรนด์ที่มีชื่อเสียง
อันเป็นผลมาจากความปรารถนาดีและความพยายามร่วมกันของทุกคน
มันเป็นช่วงบ่ายฤดูร้อนที่ร้อน เมฆกระจายไปทั่วท้องฟ้า
"วันนี้เราไม่สามารถทำปาแพดและผักดองได้ เอาล่ะ วันนี้มาสนุกกัน
บางทีเราควรพักบ้างนะ" กัลวาตีคิดได้ก็โทรหาลีลาวดีว่า "พี่ลีลา!
มานี่เร็วเข้า"

"เกิดอะไรขึ้นที่รักของฉัน? ทุกอย่างโอเคไหม?"
"คุณมาก่อน มีเรื่องเซอร์ไพรส์สำหรับคุณ"
"โอ้ ! ไม่ กรุณาบอกฉัน. ฉันจะมาแน่นอน ทันทีที่ฉันทำงานในมือเสร็จ
ฉันจะปรากฏตัวต่อหน้าคุณ"
"ถ้าอย่างนั้นก็ฟังพี่สาว มองดูท้องฟ้า. อากาศดีมาก
มันจะไม่เป็นความคิดที่ดีที่จะดื่มชาและของว่างด้วยกัน ? ได้โปรด.
มาโดยไม่ชักช้า. ฉันจะไปที่ห้องครัวเพื่อเตรียมพาโคราและชา"
"ช่างเป็นความคิดที่ดีจริงๆ ปากของฉันเริ่มรดน้ำ ฉันจะไปทานชัทนีย์มิ้นต์-
ผักชีแสนอร่อยภายในไม่กี่นาที" ลีลาตอบและวางสายไป
จากนั้นเธอก็ยุ่งกับการเตรียมซอส ใช้เวลาเพียงสิบนาที ซอสก็พร้อม

ลีลาเทของในชามแก้วแล้วถือมันไว้ในมือจนถึงสถานที่จัดปาร์ตี้
ทุกคนต่างรอคอยเธออย่างใจจดใจจ่อ

"มาลีลา.. โอ้ ! ดีมาก. รสชาติมันดี กรุณานั่งลงและหยิบจานของคุณ"

กัลวาตีกล่าว.

ทุกคนเริ่มเสิร์ฟอาหารในจานของตัวเอง กะลาเสิร์ฟชาให้ทุกคน

ทุกคนต่างเพลิดเพลินกับขนม ชา และมิตรภาพของกันและกัน

พร้อมกับอากาศที่แจ่มใส

วิวด้านนอกมองเห็นได้จากหน้าต่าง อากาศก็ดี ลมเย็นๆ ก็พัดมา

สักพักฝนก็เริ่มตก ในตอนแรกมีห้องอาบน้ำฝักบัวแยกต่างหาก

หันใดนั้นฝนก็เริ่มตกหนัก
ปรากฏว่าพืชและต้นไม้มีความสุขและแสดงความเพลิดเพลินด้วยการขยับกิ่งก้านเหมือนแขน สภาพแวดล้อมทั้งหมดมีชีวิตชีวามาก

หลังจากงานเลี้ยงน้ำชา
ผู้คนต่างสนุกสนานกันมากท่ามกลางอากาศที่เย็นสบาย
เพื่อนทั้งสองเริ่มพูดคุยกัน และเด็กๆ ก็ยุ่งกับเกมของพวกเขา เมื่อฝนหยุดตก
รุ้งสวยงามก็ปรากฏขึ้นบนท้องฟ้า

เด็กหญิงผู้กล้าหาญ

กาลครั้งหนึ่งมีเมืองหนึ่งชื่อสีตปุร
มีเด็กหญิงคนหนึ่งชื่อบาวรีอ

าศัยอยู่กับพ่อแม่ของเธอ
เรื่องนี้เกิดขึ้นในสมัยก่อนเมื่อพ่อ

แม่ไม่ค่อยระมัดระวังใน

การเลือกชื่อลูก

พวกเขาเคยเรียกลูกๆ
ของตนด้วยชื่ออะไรก็ได้
ไม่ว่าพวกเขาจะชอบก็ตาม คำว่า 'บาวรี' ในภาษาฮินดูแปลว่าบ้า

แต่หญิงสาวในเรื่องกลับตรงกันข้าม เมื่อเป็นชื่อ

คนส่วนใหญ่มักเรียกชื่อนั้นจนเป็นนิสัยโดยที่ไม่มีใครคิดถึงความหมายของชื่อนั้น เช่นเดียวกับกรณีของเด็กหญิงผู้ชาญฉลาดอย่างบาวรี

ถึงอย่างนั้นเธอก็ไม่พอใจกับชื่อของเธอ เธอเคยคิดเสมอว่า

จะเกิดอะไรขึ้นถ้าเธอมีชื่อที่น่ารักเหมือนอุมา พระราม หรือทีน่าของเพื่อนๆ ของเธอด้วย ทุกครั้งที่มีคนเรียกชื่อเธอ

เธอรู้สึกเศร้าเพราะเธอไม่ชอบชื่อของเธอ แต่เธอก็ทำอะไรไม่ถูก

เธอจะเปลี่ยนชื่อของเธอให้เป็นชื่อตลอดไปได้อย่างไร

วันหนึ่งเมื่อเธอนั่งใกล้แม่ เธอเห็นลูกสาวมีน้ำตาไหล

“บาวรี คุณกำลังร้องไห้อยู่เหรอ? คุณร้องไห้เพราะอะไร?

อะไรทำให้ลูกสาวของฉันเศร้า?
กรุณาแจ้งให้เราทราบเกี่ยวกับปัญหาของคุณ? มีอะไรผิดพลาดหรือเปล่า?”

“ไม่ครับแม่ ไม่มีอะไรใหม่. มันไม่สำคัญเท่าไหร่ ฉันสบายดี"

"ไม่ มีเหตุผลบางอย่างที่ทำให้คุณหนักใจ

จำเป็นอย่างยิ่งที่จะต้องบอกแม่ของคุณอย่างน้อยที่สุด
คุณไม่สามารถซ่อนอะไรจากฉันได้"
เมื่อแม่ของเธอยืนกรานให้เธอพูดความจริง เธอก็ต้องพูด

ผู้เป็นแม่ต้องประหลาดใจเมื่อรู้ว่าชื่อลูกสาวกลายเป็นปัญหาสำหรับเธอ
เธอพยายามทำให้คำพูดของเธอพอใจ "ที่รัก

ปัญหาบางอย่างที่เรามีไม่ใช่เรื่องจริงแต่เป็นเพียงจินตนาการ
ของคุณก็เช่นกัน คุณไม่ควรรู้สึกไม่ดีกับชื่อของคุณ ไม่มีใครคิดเรื่องนี้

ชื่อไม่ใช่คุณ มันเป็นเพียงเครื่องมือที่ใช้ในการเรียกที่ใช้ในการโทรหาคุณ
ชื่อไม่ได้กำหนดบุคคล
ตัวตนที่แท้จริงในตัวคุณจะถูกระบุด้วยคุณสมบัติภายในและการกระทำที่คุณทำ คุณต้องไม่ต้องกังวลเกี่ยวกับเรื่องนี้ คนไม่สนใจเรื่องชื่อ ถึงอย่างนั้น
ฉันก็ต้องขอโทษด้วยถ้ามันสร้างปัญหาให้กับคุณ
ฉันไม่เคยมีความคิดว่ามันจะเกิดขึ้นสักวันหนึ่ง"

บัวรีตั้งใจฟังแม่ของเธอ เธอหยุดร้องไห้

แม่ของเธอจึงเริ่มเรียกเธอว่าสันวารีแทน

เธอรักเธอมากเกินไปเพราะเธอเป็นลูกสาวของเธอ เธอเป็นสาวน่ารัก

เธอฉลาดมากเช่นกัน เมื่อใดก็ตามที่เกิดปัญหา

เธอจะใช้สมองอันชาญฉลาดของเธอเพื่อแก้ไขมันอย่างรวดเร็วที่สุด
เธอค่อยๆ
หยุดคิดถึงชื่อของเธอและหันเหความสนใจไปที่การเรียนและการทำงานเป็นส่วนใหญ่

เธอเป็นเด็กสาว เด็กเล็กจะเติบโตเร็วขึ้น

เธอเองก็เติบโตขึ้นมาเหมือนไม้เลื้อยป่า เธอได้พัฒนาบุคลิกที่ร่าเริง

เธอมักจะยุ่งอยู่กับการอ่าน เล่น และเรียนรู้สิ่งใหม่ๆ หรือความคิดสร้างสรรค์
ในความเป็นจริง
บ้านพ่อแม่ของเธอเป็นศูนย์กลางของความสับสนวุ่นวายและความวุ่นวายใน
วัยเด็ก

ไม่ว่าจะเป็นไม้เลื้อยป่าหรือไม้เลื้อยแห่งชีวิตก็จะเจริญเติบโตและเบ่งบาน
ด้วยเสียงหวานของเธอเธอทำให้ทุกคนมีความสุข
เมื่อแม่ของเธอมอบหมายงานบ้านให้เธอทำ เธอไม่ชอบเลย

เธอแทบจะหัวเราะไม่ออกและรู้สึกเหมือนกำลังร้องไห้

แม่ของบาวรีไม่มีการศึกษาอย่างเป็นทางการมากนัก
ถึงอย่างนั้นเธอก็รู้ถึงความสำคัญของการศึกษา
เธอไม่อยากให้ลูกสาวเสียเวลาอันมีค่าในครัวและเป็นภาระ
เนื่องจากเธอต้องการเวลาเรียนด้วย
แต่เนื่องจากงานที่บ้านเยอะทำให้แม่บางครั้งก็เหนื่อย
จากนั้นเธอก็โทรหาลูกสาวเพื่อขอความช่วยเหลือ
แม้จะฝืนใจเมื่อจำเป็นก็ตาม

หลายปีผ่านไปในลักษณะนี้
ซันวารีสอบผ่านโรงเรียนมัธยมต้นด้วยเกรดดีเยี่ยม
และหลังจากนั้นก็คว้าตำแหน่งแรกในโรงเรียนมัธยมปลาย ตอนนี้

ขณะที่เธอก้าวขึ้นชั้นประถมศึกษาปีที่ **11** ด้วยสายวิทยาศาสตร์

เธอพบว่าการเรียนวิทยาศาสตร์เป็นสิ่งที่ท้าทาย
เมื่อได้รับอนุญาตจากพ่อแม่
เธอก็เริ่มทุ่มเทเวลาให้กับการเรียนมากขึ้นเรื่อยๆ

เวลามีปีก ดูเหมือนว่าจะบินเร็วเมื่อคุณมีความสุข บาวรี

ลูกคนเดียวของพ่อแม่ของเธอคือแก้วตาดวงใจของพวกเขา
พวกเขาดูแลลูกของตนอย่างดีที่สุด เมื่อใดก็ตามที่เธอขอสิ่งใด

พวกเขาพยายามทำให้สำเร็จค่อนข้างบ่อย
บาวรีก็ฉลาดเพียงพอและรู้ขีดจำกัดเช่นกัน
เธอยังมีความรู้สึกเคารพต่อพ่อแม่ของเธอด้วย
เธอเป็นคนพอใจไม่มีความปรารถนาที่ไม่จำเป็น

บาวรีเติบโตมากับกาลเวลาที่ผ่านไป
จิตใจของเธอไม่ถูกแตะต้องตามกาลเวลาที่เปลี่ยนแปลง
ความสนใจทั้งหมดของเธออยู่ที่การเรียนและการสร้างอาชีพของเธอ
ด้วยการอุทิศตนนี้ **Bawri** ผ่านการสอบรุ่นที่ **12** ด้วยการบินหลากสี

และได้เข้าเรียนหลักสูตรวิทยาศาสตรบัณฑิต

Ramnath Ji พ่อของ **Bawri** มีบ้านหลังใหญ่ซึ่งเขาอาศัยอยู่กับครอบครัว
บ้านหลังนี้มีระเบียงเปิดโล่งขนาดใหญ่อยู่ด้านบน
ชั้นแรกของบ้านมีสามส่วน ส่วนหนึ่งประกอบด้วยห้อง

ส่วนที่สองมีห้องครัวและลานกว้าง
ส่วนที่สามมีสวนที่มีหญ้าเขียวขจีและพืชพรรณและต้นไม้นานาชนิด

พระรามเพื่อนของเธอจะมาเรียนหนังสือกับเธอเป็นครั้งคราว
และบางครั้งบัวรีก็จะไปที่บ้านของพระราม
แต่ส่วนใหญ่เธอเรียนที่บ้านของเธอเอง

ในช่วงฤดูร้อน ครอบครัวนี้มักจะขึ้นไปบนดาดฟ้าเพื่อสูดอากาศบริสุทธิ์
และบางครั้งพวกเขาก็ไปนอนที่นั่นด้วย
ในสมัยนั้นไฟฟ้าดับนานหลายชั่วโมงเป็นเรื่องปกติ
เพื่อหลีกเลี่ยงความไม่สะดวกในช่วงเวลาพักผ่อนเนื่องจากอากาศร้อน
ผู้คนจึงขึ้นไปบนดาดฟ้าหรือเลือกที่จะนอนในลานบ้าน

มันเป็นคืนฤดูร้อน
บัวรีกำลังอ่านหนังสืออยู่บนดาดฟ้าและผล็อยหลับไปในที่สุด
พ่อของเธอกำลังนอนหลับอยู่ที่ชั้นล่างในลานบ้าน
เป็นเวลากว่าเที่ยงคืนแล้ว ทุกคนก็เข้านอนกันหมดแล้ว

บัวรีก็นอนเหมือนกัน
เป็นเรื่องปกติที่จะเข้านอนประมาณเก้าโมงหรือสิบโมงเช้าในช่วงแรกๆ
เหล่านั้น

ระหว่างนอนหลับ บัวรีรู้สึกกระหายน้ำ
เธอตื่นขึ้นมาและอยากจะลงไปชั้นล่างเพื่อเอาน้ำจากในครัว
เธอสังเกตเห็นเงาเคลื่อนไปมาบนผนัง เธอรู้สึกกลัวเล็กน้อย

"มีอะไรเคลื่อนไหวอยู่บนราวบันไดเหรอ? มีใครยืนอยู่ตรงนั้นมั้ย? โอ้!
ใช่แล้ว มีคนขโมย ฉันมองเห็นเขาได้ชัดเจน"

โจรกำลังเดินอยู่บนราวบันได
มันเป็นคืนที่มืดมิดและเขาพยายามใช้ประโยชน์จากมัน
หัวใจของเธอเริ่มที่จะแข่ง

"โอ้ ! เข้าใจแล้ว" เสียงหนึ่งดังออกมาจากภายในตัวเธอ
ตอนนี้ควรทำอย่างไร? สมองของเธอเริ่มแข่ง

"ทำไมฉันถึงกลัว.. ไม่มีอะไรต้องกลัว โจรยังอยู่ห่างจากฉัน
เขาไม่สามารถเข้าถึงฉันได้ภายในไม่กี่วินาที
ฉันควรจะตะโกนทันทีเพื่อปลุกพ่อของฉัน" เธอตัดสินใจ.
เธอตะโกนเสียงดังโดยไม่ชักช้าเพื่อปลุกพ่อของเธอที่ยังคงนอนหลับอยู่ที่ลานบ้านให้ตื่น

"ป๊า ป๊า! ดูนั่นสิ...มีขโมย!" บัวรีก็พูดได้.. เมื่อได้ยินเสียงของเธอ
พ่อของเธอก็ตื่นขึ้นทันที

"บาวรี ที่ไหน? โจรอยู่ไหน?" พ่อของบาวรีถาม

"พ่อ ดูนั่นสิ" บัวรีพูดแล้วชี้ไปที่ราวบันได

"แต่นี่คืออะไร? ตอนนี้โจรอยู่ไหน? ฉันไม่เห็นเขาตอนนี้
เขาอยู่ที่นี่เมื่อสักครู่นี้" บาวรีกล่าวว่า เธอประหลาดใจมากที่รู้ว่าจู่ๆ
โจรก็หายตัวไปได้อย่างไร เนื่องจากความโกลาหลและกลัวถูกจับ
โจรจึงต้องกระโดดข้ามรั้วเพื่อหลบหนี

จากนั้นบาวรีก็ลงบันไดมา
พ่อของเธอมีความสุขมากกับความกล้าหาญของลูกสาวของเธอ
หากเธอไม่ปลุกเขาทันเวลา ขโมยก็สามารถขโมยของที่บ้านได้
ทุกคนในบ้านตื่นขึ้น
แม่ของเธอก็มอบความรักและความเสน่หาให้กับลูกสาวผู้กล้าหาญของเธอ
ด้วยการขอบคุณเธอเช่นกัน

"บาวรี ลูกสาวผู้กล้าหาญของฉันกล้าหาญที่สุด คุณทำงานได้เยี่ยมมาก"

บัวรีมีความสุขมากและรู้สึกภูมิใจในตัวเอง
บัวรียังภูมิใจกับชื่อของเธอในตอนนั้น

แดนสวรรค์

ซารังเป็นเด็กน้อยที่น่ารักและร่าเริง เขาอายุเพียงหนึ่งปีครึ่ง เขาค่อนข้างกระตือรือร้นนะที่รัก เขาเคยทำกิจกรรมซุกซนตลอดทั้งวัน เขาพยายามเลียนแบบกิจกรรมของทุกคนอยู่เสมอ เขาเลียนแบบแม่ของเขา

โดยแกล้งทำเป็นกวาด เช่นเดียวกับพ่อของเขา เขาจะหยิบแปรงโกนหนวดขึ้นมาและทำท่าโกนหนวดเหมือนกับเขาทุกประการ มันสนุกมากสำหรับเขา สมาชิกทุกคนในครอบครัวยังสนุกกับการดูการกระทำตลกๆ ของเขาอีกด้วย ในเวลานั้น แม่ของซารังจะให้ของเล่นต่างๆ ให้เขาเล่นและพยายามให้เขาเล่นเกม แต่เด็กก็คือเด็ก เมื่อมีของเล่นพวกเขาก็ไม่อยากแตะต้องเลย พวกเขาชอบประพฤติตนเหมือนกับผู้อาวุโส นั่นคือเหตุผลที่พวกเขาเลียนแบบการกระทำของพวกเขา และวิธีที่พวกเขานั่ง ยืน พูด และแม้กระทั่งกิน

บางครั้งสิ่งเหล่านี้ก็กลายเป็นแหล่งความบันเทิงที่ง่ายที่สุดสำหรับทุกคน ซารางเด็กน้อยก็เช่นกัน

ขณะที่เขาโตขึ้น พ่อแม่ของเขาพยายามเรียนรู้สิ่งใหม่ๆ ทุกวัน

พวกเขายังท่องบทกวีเล็กๆ ให้เขาฟังด้วยซ้ำ

ซารังแค่พูดซ้ำพร้อมกับเสียงแม่ของเธอ เขาเรียนรู้ที่จะพูดอย่างถูกต้อง

เขาเรียนรู้คำศัพท์ใหม่ทุกวัน
แม้ว่าเขาจะไม่สามารถออกเสียงทุกคำได้อย่างถูกต้องแม้ว่าเขาจะพยายาม
ก็ตาม การกระทำทั้งหมดของเขาทำให้พ่อแม่ของเขามีความสุขมาก

เขาใช้เวลาทั้งวันท่องบทกวีที่เขาเรียนรู้
โดยย้ายจากมุมหนึ่งไปยังอีกมุมหนึ่งของบ้าน เมื่อซารังโตขึ้น

เขาชอบฟังเรื่องเล่าจากแม่ เขายังได้เรียนรู้บางส่วนด้วย

ซารังมีเพื่อนมากมายอาศัยอยู่ในละแวกบ้านของเขา
พวกเขาทั้งหมดไม่ได้อยู่ในกลุ่มอายุของเขา
ส่วนใหญ่อายุมากกว่าเขาเล็กน้อย
ถึงอย่างนั้นพวกเขาก็ยังอยากเล่นกับซารัง
ซารังเป็นแก้วตาดวงใจของพวกเขา ในบรรดาเด็กเหล่านั้น

มีเด็กผู้หญิงคนหนึ่งชื่อฮินะ
เธอถือว่าซารังเป็นพี่ชายของเธอและรักเขามากที่สุด
เธออยากเล่นกับซารังทั้งวัน
ไม่ว่าพวกเขาจะเล่นที่บ้านของซารังหรือที่บ้านของเธอ
เธอมักจะยืนกรานที่จะพาซารังไปที่บ้านของเธอบ่อยครั้ง
ซารังก็ชอบบริษัทของเธอเช่นกัน เมื่อเรียกร้องอย่างต่อเนื่องของ Hina

แม่ของ Sarang จึงอนุญาตให้เขาไปบ้านของ Hina

ฮินะเป็นเด็กหญิงอายุหกขวบ
เธอวางตัวเองเป็นอย่างดีในบทบาทของพี่สาวของเขา
เธอเรียกซารังอย่างเสน่หาว่า "โมกลี"

แม่ของฮินะยังดูแลซารังราวกับว่าเขาเป็นลูกชายของเธอเอง ดังนั้น Sarang
เมื่ออายุสี่ขวบจึงใช้เวลาเล่นและฉลาดขึ้น

วันหนึ่งพ่อของซารังนำหนังสือเสียงมาให้เขา มันเป็นหนังสือเสียงนิทาน
ซารังมีความสนใจในการอ่านและฟังเรื่องราวมากขึ้น
เขาเล่นหนังสือเสียงและฟังนิทานทั้งหมด
เขายังคงฟังพวกเขาอย่างต่อเนื่องเป็นเวลาหลายวัน มันทำให้เขามีความสุข
ทุกวันเขาเคยฟังนิทานและมีความสุขมาก

วันหนึ่ง ซารังฝันถึงนางฟ้า นางฟ้าราชินีมาที่บ้านของเขาเพื่อพบเขา

เธอพาเขาไปแดนสวรรค์พร้อมกับเธอ เขาย้ายไปที่นั่นไปทั่ว

ที่นั่นเขาได้เห็นนางฟ้าหลายประเภท
ดูเหมือนพวกมันลอยอยู่ในอากาศจากที่นี่ไปที่นั่น
เมื่อใดก็ตามที่เขาพยายามถามบางอย่างกับนางฟ้าราชินี
เธอก็ทำท่าทางให้เขาเงียบ ในตอนแรกซารังเห็นนางฟ้าสองตัว

นางฟ้าผู้น่าสะพรึงกลัว และนางฟ้าผู้โกรธแค้น

นางฟ้าราชินีจับมือของซารังไว้แน่นแล้วพาเขาออกไปจากพวกเขา
ที่นั่นเขาได้พบกับนางฟ้าผู้ใจดีมากมาย

ราชินีนางฟ้าบอกเด็กชายว่า “ซารุ้ง ดูสิ ทั้งหมดนี้เป็นนางฟ้าที่ดี

ช่วยเหลือทุกคนที่ทำความดีอย่างแท้จริง”

ซารังมีความสุขมากที่ได้เที่ยวไปในแดนสวรรค์ที่นี่และที่นั่น
เขาไม่เคยไปแดนสวรรค์มาก่อน เขาถามราชินีนางฟ้าว่า

"ฉันจะอยู่ที่นี่ในแดนสวรรค์ตลอดไปได้ไหม"

เมื่อได้ยินสิ่งนี้ ราชินีแฟรี่ก็ยิ้มแล้วตอบว่า "ไม่ ซารังที่รัก

คุณไม่สามารถอยู่ที่นี่ได้ แดนสวรรค์ไม่ได้มีไว้สำหรับมนุษย์

มันเป็นเพียงสถานที่ของนางฟ้าเท่านั้น”

ซารังรู้สึกเศร้าในขณะนี้
เขามีความปรารถนาอย่างแรงกล้าที่จะอยู่ในแดนสวรรค์
เมื่อเห็นเขาอารมณ์เสีย ราชินีนางฟ้าก็พูดว่า "อย่าเศร้าไป ซารัง"

คุณสามารถเยี่ยมชมแดนสวรรค์อีกครั้งได้ทุกเมื่อที่คุณต้องการ”

ซารางมีความสุขมากที่ได้ยินสิ่งนี้ ราชินีนางฟ้ากล่าวต่อ

“หากมนุษย์ทุกคนเริ่มอาศัยอยู่ในแดนสวรรค์ มันก็จะแออัดเกินไป

และส่วนใหญ่แล้วจำนวนนางฟ้าที่น่าสะพรึงกลัวและโกรธเคืองก็จะเพิ่มขึ้น
ถ้าอย่างนั้นก็ไม่มีใครสนุกกับการอยู่ที่นี่
นางฟ้าที่ดีอยากจะหนีออกไปจากที่นี่” ซารังประหลาดใจมาก

ราชินีนางฟ้าโบกไม้กายสิทธิ์ของเธอขึ้นไปในอากาศและขอให้ซารังขอพร

ซารังอยากเป็นนักเล่าเรื่อง ราชินีนางฟ้าอวยพรเขาด้วยพร

ซารังแสดงความปรารถนาที่จะไปเยือนแดนสวรรค์อีกครั้ง
คราวนี้ราชินีนางฟ้าไม่ได้พูดอะไร เธอยิ้มและเอาไม้กายสิทธิ์แตะศีรษะของ **Sarang** อย่างอ่อนโยน ซารังรู้สึกเหมือนล้มลงกับพื้น เมื่อเขาลืมตาขึ้น เขาก็ตระหนักว่าเขามีความฝันเกี่ยวกับแดนสวรรค์
เขามีความสุขที่ได้จดจำทุกสิ่งที่เขาฝันถึง หลังจากนั้นไม่กี่วัน

ซารังก็ลืมความฝันแห่งแดนสวรรค์

ซารังเรียนอยู่ชั้นหนึ่งที่โรงเรียน เขาได้เรียนรู้การสร้างประโยค วันหนึ่ง

ขณะที่เขากำลังทำการบ้านภาษาฮินดี เขาคิดจะเขียนเรื่องราว

เขาหยิบไดอารี่ของแม่แล้วหยิบดินสอออกมาเพื่อเริ่มเขียนเรื่องราว

เขาเขียนเรื่องแบบนี้ ชื่อเรื่องคือ **"ภูมิปัญญาของโซฮาน"**

ในหมู่บ้านแห่งหนึ่ง มีเศรษฐีคนหนึ่งชื่อ ธนิราม อาศัยอยู่

เขามีลูกชายชื่อโซฮาน วันหนึ่ง ธนิรัมต้องออกไปทำงานด่วน โดยทิ้งโซฮาน ลูกชายไว้ที่บ้าน

เขาสั่งให้โซฮานล็อคประตูให้ถูกต้องและอย่าเปิดประตูให้คนแปลกหน้า

หลังจากธนิรัมออกไปได้ไม่นาน ก็มีคนมาเคาะประตู

โซฮานถามว่า "นั่นใคร?" ชายแปลกหน้าตอบว่า

"ฉันเป็นเพื่อนของธนิราม"
โซฮานเปิดประตูและต้องประหลาดใจเมื่อพบผู้บุกรุกสองคนอยู่ในบ้าน
จากนั้นเขาก็นึกถึงคำแนะนำของพ่อเกี่ยวกับการใช้สมองที่ชาญฉลาดและความอดทนในช่วงเวลาที่ยากลำบาก
โซฮานเห็นผู้บุกรุกคนหนึ่งชี้ปืนพกมาที่เขา

โซฮานคิดแผนขึ้นมาอย่างรวดเร็ว
เขาหาข้ออ้างที่จะไปเข้าห้องน้ำ
เมื่อกลับมาจากที่นั่นก็ถามผู้บุกรุกว่า "คุณจะดื่มน้ำไหม"

เมื่อพวกเขาตอบว่าใช่เขาก็นำน้ำมา หลังจากดื่มน้ำนั้นแล้ว ผู้บุกรุกก็หมดสติและล้มลงกับพื้น โดยที่ผู้บุกรุกไม่รู้ตัว Sohan ได้เติมยานอนหลับลงในน้ำที่เขาเสิร์ฟ
พวกเขาดื่มเข้าไปและหมดสติไปในไม่ช้าโซฮานได้โทรหาตำรวจทันทีและแจ้งให้พวกเขาทราบเกี่ยวกับผู้บุกรุก ตำรวจมาถึงจับกุมคนร้ายได้ ถึงเวลานั้น ธนิรัม บิดาก็กลับมาบ้านแล้วด้วย ตำรวจชื่นชมความฉลาดของ Sohan มากและยังให้รางวัลแก่เขาด้วย พ่อของโซฮานรักเขามาก

ซารังเล่าเรื่องนี้ให้แม่ฟังซึ่งรู้สึกยินดีเป็นอย่างยิ่ง
เธอสนับสนุนให้ซารังเขียนเรื่องราวเพิ่มเติม

เมื่อซารังโตขึ้น เขาก็มีความคิดสร้างสรรค์มากขึ้นเรื่อยๆ

ครั้งหนึ่งมีการแข่งขันเขียนเรื่องในโรงเรียน
ซารังยังได้เข้าร่วมการแข่งขันครั้งนี้และได้รับรางวัลอีกด้วย
ครูทุกคนอวยพรเขา แม่ของเขารักเขามาก

คืนนั้นเมื่อซารังนอนหลับ เขาก็ฝันถึงแดนสวรรค์อีกครั้ง

นางฟ้าราชินีรักและอวยพรเขามาก
พวกเขากำลังสัญจรไปมาท่ามกลางเหล่านางฟ้าอีกครั้ง

หงส์ทอง

กาลครั้งหนึ่ง ณ
หมู่บ้านแห่งหนึ่ง มีชายคนหนึ่งชื่อพุดหัว
เขาเป็นช่างทอผ้าตามอาชีพ
เขาเคยทอผ้าขายในตลาด เขาทำง
านอย่างขยันขันแข็ง
ตั้งแต่เช้าจรดค่ำทอผ้าตลอดทั้งวัน
แม้ว่าเขาจะทำงานหนัก
แต่เขาก็ยากจนมาก อย่างไรก็ตาม
มันเป็นไปได้สำหรับเขาที่จะทำให้ปลายทั้งสองมาบรรจบกัน
ในครอบครัวของเขามีสมาชิกเพียงสองคน
นอกจากตัวเขาเองแล้วยังมีแม่แก่ของเขาอาศัยอยู่ที่บ้าน แม่ของเขาแก่มาก
อายุของเธอปรากฏชัดเจนบนใบหน้าของเธอ
เท้าของเธอแทบจะห้อยอยู่ในหลุมศพ
เธอเป็นห่วงลูกชายคนเดียวของเธอตลอดเวลา
"บัดฮัวจะมีชีวิตอยู่ได้อย่างไรเมื่อฉันตาย" เธอคิดค่อนข้างบ่อย
"จะไม่มีใครดูแลเขา ความกลัวของฉันนี้ไม่ยอมให้ฉันตายด้วยซ้ำ"
เธออยากมีลูกสะใภ้ที่สวยงามที่สามารถดูแลลูกชายของเธอได้
จะต้องมีคนดูแลเขาเมื่อเธอเสียชีวิต
สำหรับคนยากจน การหาเลี้ยงชีพถือเป็นปัญหาใหญ่ **Budhua**
ไม่ได้มีรายได้มากเกินไป
รายได้ของเขาไม่เพียงพอต่อการอยู่รอดของทั้งแม่และลูก

“เมื่อบูดัวจะแต่งงาน ค่าใช้จ่ายรายวันจะเพิ่มขึ้นและเขาต้องมีรายได้เพิ่มขึ้น แม้ว่าจะเป็นความรักที่อยู่ในใจของผู้คน
แต่นั่นก็ผูกมัดสมาชิกทุกคนในครอบครัวไว้ด้วยกัน
ถึงอย่างนั้นเงินก็มีบทบาทสำคัญในการเล่น” แม่เฒ่ายังคงคิดทั้งวันทั้งคืน

เธอยังอธิษฐานต่อพระเจ้าเป็นประจำเพื่อว่าความโศกเศร้าของพวกเขาจะหมดไปในไม่ช้า

มารดาผู้เฒ่ากังวลอยู่ตลอดเวลาว่านางฟ้าจากสวรรค์จะมาแต่งงานกับลูกชายของเธอ ซึ่งจะทำให้ลูกชายของเธอเจริญรุ่งเรือง วัน เดือน ปี

ผ่านไปด้วยความกังวลและคำอธิษฐานเช่นนี้

วันหนึ่ง เหล่าทวยเทพเสด็จผ่านบ้านของบุดฮวา

พวกเขาไม่สามารถได้รับการยอมรับว่าเป็นพระเจ้าในขณะที่พวกเขาปลอมตัวอยู่ พวกเขาสังเกตเห็นอาการของ **Budhua**

จึงตัดสินใจขอทานโดยปลอมตัวเป็นนักพรต
พวกเขาไปถึงหน้าประตูบ้านของ **Budhua** และเคาะประตู

แม่เฒ่าเปิดประตูแล้วถาม

“ป๊า! เกิดอะไรขึ้น?"

“แม่! บาบาหิวแล้ว หากคุณให้อาหารแก่เรา ลูก ๆ ของคุณจะได้รับพร”

"ใช้ได้."
คุณแม่เดินเข้าไปในบ้านด้วยรอยยิ้มและนำจาปาตีสองอันและผักบางส่วนจากส่วนแบ่งของเธอมา เธอมอบให้บาบาคนนั้น เธอยังให้แก้วน้ำแก่เขาด้วย หลังจากทานอาหารเสร็จ บาบาก็พอใจและมีความสุขมาก พระองค์ตรัสว่า “แม่ ปรารถนาสิ่งใดก็ขอเถิด”

อาม่าตอบว่า “ข้าพเจ้าขอสิ่งใดท่านจะให้หรือไม่?

คุณไม่สามารถปฏิเสธคำพูดของคุณได้”

“ขออะไรก็ได้ครับแม่.. บาบารักษาคำพูดของเขาเสมอ”

ดวงตาของหญิงชราเต็มไปด้วยน้ำตา เธอไม่สามารถซ่อนพวกเขาได้

เธอพูดว่า "บาบา ฉันอยากจะหาคู่ที่เหมาะสมให้กับ **Budhua**

ลูกชายของฉัน" เมื่อเขาแต่งงานและมีชีวิตที่เจริญรุ่งเรือง

ฉันจะไปบ้านของพระเจ้าอย่างสันติ"

"เอาเป็นว่า" เมื่อพูดเช่นนี้ บาบาก็ออกเดินทางต่อไป

เย็นวันหนึ่ง เมื่อพระอาทิตย์ลับขอบฟ้ากลับบ้าน

และราตรีก็เริ่มมืดมิดไปทั่วทุกหนทุกแห่ง

พระจันทร์สีเงินสว่างปรากฏขึ้นบนท้องฟ้าและเริ่มส่องแสง

ในเวลาเที่ยงคืนทุกคนก็หลับไป จู่ๆ หงส์ก็ปรากฏตัวขึ้นในบ้านของหญิงชรา

ไม่มีใครตระหนักถึงการมีอยู่ของมัน มันเข้าไปในห้องอย่างเงียบ ๆ ที่

Budhua เคยทอผ้าบนเส้น ขนหงส์เปล่งประกายด้วยแสงสีทองที่เจิดจ้ามาก

ทันทีที่หงส์เข้ามาในห้อง ประตูก็ปิดลงเอง

หงส์เริ่มทอผ้าด้วยด้ายหลากสีที่มีอยู่แล้ว

มันทำงานอย่างขยันขันแข็งตลอดทั้งคืน ก่อนที่แสงแรกยามเช้าจะสาดส่อง

หงส์ก็หายไป ทิ้งผ้าทอไว้เบื้องหลัง

บุดฮัวตื่นขึ้นมาตามปกติในเช้าวันรุ่งขึ้น

หลังจากเสร็จสิ้นกิจวัตรยามเช้าตามปกติแล้ว เขาก็พร้อมที่จะทำงาน

ทันทีที่เขาเข้าไปในห้อง เขาก็เห็นบางสิ่งที่น่าอัศจรรย์

ที่นั่นเขาพบผ้าเนื้อนุ่มและสวยงามเป็นพิเศษซึ่งมีประกายแวววาว

เขาคิดว่าผ้านี้มาจากไหน เขาแน่ใจว่าไม่ได้อยู่ที่สถานที่นั้นเมื่อวันก่อน

เมื่อเขาหาคำตอบไม่ได้ เราก็ไปหาแม่ของเขาเพื่อรู้ความจริง

"แม่! แม่! ทอผ้าสวยๆ แบบนี้ตั้งแต่เมื่อไหร่กัน?"

"โอ้ บูดัว! ลูกชายของฉัน. คุณล้อเล่นรึเปล่า. คุณเป็นคนง่ายๆ นิดหน่อย ฉันไม่ได้ทอผ้ามานานแล้ว ดีนะ ทอผ้ามาหลายปีแล้ว บอกฉันหน่อยสิ ว่าคุณกังวลเรื่องอะไร"

"แม่คะ มีผ้าสวยๆ ผืนหนึ่งวางอยู่ในห้องของฉัน

ฉันคิดว่าคุณทำงานเสร็จแล้ว" บูฮวา ได้ตอบกลับ

"มันอยู่ที่ไหน? ให้ฉันได้ดูตัวเอง ฉันไม่อยากจะเชื่อเลย"

แม่ของเขาก็แปลกใจเช่นกัน

"มากับฉัน." เขาจับมือแม่แล้วเดินไปที่ห้องของเขา

“นี่มัน.. ตอนนี้คุณเห็นแล้ว ฉันเป็นคนโกหกหรือเปล่า?”

หญิงชราแทบไม่เชื่อสิ่งที่เธอเห็น ลูกชายก็เล่าต่อ

“ดูนี่สิแม่! ไม่สวยจริงเหรอ? คุณเคยเห็นผ้าที่สวยงามเช่นนี้หรือไม่?

ฉันคิดว่าคุณอาจจะทอมันแล้ว ฉันก็เลยถาม”

"โอ้ใช่! นี่เป็นผ้าที่สวยงามมากจริงๆ มันก็นุ่มดีเหมือนกัน พุดหัว

เจ้าคงลืมไปแล้วหลังจากทอมัน ? ถ้าไม่ แล้วใครอีกล่ะที่ทำมัน?

ที่บ้านไม่มีใครนอกจากคุณและฉัน”
จากนั้นเธอก็เริ่มจ้องมองไปที่ใบหน้าของเขา

“แม่ครับ ผมรู้ว่าผมไม่ฉลาดนัก แต่ฉันมีความจำที่เฉียบคม ฉันจำเรื่องต่างๆ ได้ดี” เขาตอบ.

“บุดหัวอาจจะดูเป็นคนง่ายๆ สักหน่อย

แต่เขาก็ไม่ได้ขี้ลืมจนจำไม่ได้ว่าทออะไรและไม่ได้ทออะไร” แม่ก็รับรู้..

“จะไม่เป็นไรถ้าฉันเอาสิ่งนี้ไปขายที่ตลาด?” บูดัวมีความคิดดีๆ อยู่ในใจ

เขาแบ่งปันความคิดของเขากับแม่ของเขา “แน่นอนลูกชาย คุณต้องไป.

พระเจ้าทรงตอบคำอธิษฐานของฉันและช่วยเหลือเราอย่างลับๆ” เธอตอบ.

“เขาคือคนที่ช่วยเหลือทุกคน”

บูดหัวไปตลาดและขายผ้า เขาได้รับราคาที่สูงสำหรับมัน

พุดหัวกลับบ้านในตอนเย็น ระหว่างทางก็ซื้อของกิน

เมื่อเขาแสดงรายได้ของเขาให้แม่ของเขาเห็น
ดวงตาของเธอก็เบิกกว้างด้วยความประหลาดใจ
ทั้งคู่กินข้าวอิ่มแล้วเข้านอน

สิ่งเดียวกันนี้เกิดขึ้นซ้ำแล้วซ้ำเล่าในคืนนั้น
หงส์ทองปรากฏเปล่งแสงสีทองและหายไปก่อนพระอาทิตย์ขึ้น
ไม่มีใครเห็นเขาอีกครั้ง

ผ้าทอที่วางอยู่ตรงนั้นทำให้เกิดคำถามในสายตาของสมาชิกในครอบครัวอีกครั้ง สิ่งเดียวกันนี้เริ่มเกิดขึ้นทุกวัน

บูดฮัวอยากรู้อยากเห็นจึงตัดสินใจค้นหาสาเหตุและคนที่ช่วยเหลือพวกเขาอย่างเป็นความลับ

เขาตัดสินใจค้นหาความจริง
วันนั้นเขาได้ไปตลาดอีกครั้งและขายผ้าคล้ายผ้าไหมที่สวยงามในราคาที่สูง

บูดหัวและแม่ของเขามีความสุขมากที่ได้มีอาหารอร่อยๆ
ให้รับประทานเป็นประจำ กลางวันกลายเป็นกลางคืนอย่างช้าๆ

และเวลาที่บูดัวรอคอยก็มาถึง

เขากระตือรือร้นมากที่จะถูกเปิดเผยความลึกลับ
หญิงชราหลับไปและลูกชายก็เฝ้ารอที่จะพบผู้ช่วยลึกลับ
ทันใดนั้นก็มีแสงสีทองกระจายไปทั่ว

"โอ้ ! มันเป็นแสงแบบไหน? ฉันฝันไปหรือเปล่า?" เขาขยี้ตา

เมื่อเขาลืมตาขึ้นเขาก็เห็นบางสิ่งที่ไม่น่าเชื่อ
หงส์ทองคำเข้ามาในห้องของเขาอย่างเงียบ ๆ

"โอ้ นี่มันอะไรกัน? หงส์ทอง?" ดวงตาของ **Budhua**

เบิกกว้างเนื่องจากความประหลาดใจ
เขาขยี้ตาอีกครั้งเพื่อขจัดความสับสนใดๆ เขาอุทานว่า "นี่คือหงส์ทองจริงๆ!
หงส์ทองขนทองสวยงามมาก !

ฉันเคยเห็นหงส์ที่สวยงามเช่นนี้มาก่อนในชีวิต" เขาอุทานด้วยความดีใจ

"แสงสีทองส่องประกายออกมาจากปีกของมันช่างงดงามเหลือเกิน?"

"บุดฮวาไม่สามารถระงับความอยากรู้อยากเห็นของเขาได้ เขาเดินตามหงส์
ทันทีที่เข้าไปในห้อง ประตูก็ถูกล็อคโดยอัตโนมัติจากด้านใน

เขาไม่สามารถเข้าห้องได้ เขาสามารถมองลอดผ่านหน้าต่างได้เท่านั้น

สิ่งที่เขาเห็นก็เพียงพอที่จะทำให้เขาประหลาดใจ หงส์ทอผ้าได้อย่างไร?

ในที่สุดความอดทนของเขาก็หมดลง ทันใดนั้นหงส์ก็หายไป

เด็กสาวคนหนึ่งปรากฏตัวขึ้นแทนที่หงส์ บูดัวทำลายความเงียบของเขา

เขาถามเธอว่า "คุณเป็นใคร? คุณมาทำอะไรที่นี่ ? คุณมาที่นี่ได้อย่างไร? บอกฉันทั้งหมดเกี่ยวกับตัวคุณ

เด็กหญิงตอบว่า "ฉันชื่อหรรษา" ฉันอยู่คนเดียวในโลกนี้ ฉันถูกนักบุญสาปแช่งเพราะฉันปฏิเสธที่จะให้น้ำหนึ่งแก้วแก่เขา ทันใดนั้นฉันก็กลายเป็นหงส์"

"ตอนนี้ฉันพ้นจากคำสาปแล้ว" ฮันซิกากล่าวต่อ ในระหว่างการสนทนาแม่ก็เข้าร่วมด้วย

บูดัวจึงถามว่า "คุณจะแต่งงานกับฉันไหม"

ด้วยความเห็นชอบของ Hansika และแม่ของเธอ Budhua จึงแต่งงานกับ **Hansika**

ฮันสิกาและบุดหัวทำงานร่วมกันอย่างหนักเพื่อทอผ้าและจำหน่ายในตลาดในราคาที่สูง ไม่จำเป็นต้องพูดว่า วันเวลาของ Budhua เปลี่ยนไปในทางที่ดีขึ้น ด้วยเหตุนี้ ด้วยพรของปราชญ์ ชีวิตของแม่ของบุดหัวจึงมีความสุขเช่นกัน

เรื่องราวของเปล

นานมาแล้ว มีหญิงยากจนคนหนึ่งชื่อ
ภารติอาศัยอยู่
มีเรื่องเล่าว่าความยากจนเข้า
มาในชีวิตของเธออย่างช้าๆ
มีครั้งหนึ่งที่เธอเคยใช้ชีวิตเ
หมือนราชินี
สามีของเธอเป็นเจ้าของธุรกิจขน
าดใหญ่ อย่างไรก็ตาม

เนื่องจากสถานการณ์บางอย่าง
เวลาจึงเปลี่ยนไปและเขาต้องแบกรับความสูญเสียครั้งใหญ่ในธุรกิจของเขา
พวกเขามีครอบครัวเล็กๆ สามคน สามี ภรรยา และลูกสาวตัวน้อยที่น่ารัก

อย่างไรก็ตามพวกเขาร่วมกันมุ่งมั่นที่จะเผชิญกับสถานการณ์เชิงลบในลัก
ษณะเชิงบวก เมื่อชายคนนั้นเริ่มสร้างธุรกิจใหม่

เขาต้องใช้เวลาพอสมควรจึงจะบรรลุจุดสูงสุด
ภารตีมีความอดทนและความหวังอย่างมาก เธอมีศรัทธาเต็มเปี่ยมในพระเจ้า
เมื่อพวกเขาได้รับพรให้มีสุขภาพแข็งแรงและมั่งคั่ง
พวกเขาก็ใจดีต่อคนยากจนและคนขัดสน
พวกเขารู้ว่าช่วงเวลาที่เลวร้ายจะทิ้งการส่งช่วงเวลาดีๆ กลับมา **Bharati**

ให้ความสนใจอย่างเต็มที่กับการเลี้ยงดูลูกสาวอย่างระมัดระวัง
เธอตั้งใจอย่างเต็มที่ที่จะมอบชีวิตที่ดีขึ้นให้กับลูกน้อย
บางครั้งเธอไม่มีเงินกับเธอ
เมื่อใดก็ตามที่เธอต้องการเงินสำหรับสิ่งของจำเป็นของลูกสาว
เธอก็มักจะขายของเก่าๆ ที่พวกเขามอบให้กับบรรพบุรุษของพวกเขา

ด้วยรายได้เหล่านั้น เธอได้สนองความต้องการของลูกสาวเธอทั้งหมด
เมื่อเวลาผ่านไป ลูกสาวของเธอค่อนข้างโตและพร้อมที่จะไปโรงเรียนแล้ว โดยปกติแล้วผู้ปกครองจะต้องรับผิดชอบในการให้การศึกษาที่ดีแก่บุตรหลานของตน นี่เป็นความรับผิดชอบชุดใหม่ต่อหน้าเธอ

ดูเหมือนจะเป็นสถานการณ์ที่ยากลำบากและวิธีแก้ปัญหาอาจต้องเสียสละอย่างมาก

วันหนึ่ง
ขณะที่ใคร่ครวญว่าจะจัดการสถานการณ์ทางการเงินของพวกเขาอย่างไร ภารตีสังเกตเห็นเปลไม้เก่าๆ ในบ้านของเธอ
"มันอาจจะมีค่า" เธอคิดว่า. "ฉันคิดว่ามันเป็นของบรรพบุรุษของเรา"
เธอสับสนเล็กน้อย
จะถามใครและจะตัดสินใจอย่างไรเธอก็คิดต่อไปอีกสองวัน
สามีของเธอออกไปนอกเมืองเพื่อทำธุรกิจ เมื่อเธอไม่มีทางเลือก
เธอจึงตัดสินใจขาย **Ancestral Cradle** อันเก่า
แม้ว่าเธอไม่อยากขายเพราะเปลนั้นมีค่าและเก่ามาก เด็กๆ ในครอบครัวของเธอหลายชั่วอายุคนใช้มันมาตั้งแต่ครั้งแล้วครั้งเล่า
"และตอนนี้ก็ถึงตาของลูกสาวฉันแล้ว เธอยังใช้มันมากอีกด้วย
มันเป็นเตียงที่สวยงามของเธอและเป็นของเล่นให้เล่นด้วย
มันเหมือนกับตักของแม่เมื่อเธอไม่อยู่ ตอนนี้ฉันถูกบังคับให้ขายมัน ฉันไม่พอใจกับการตัดสินใจของตัวเอง โอ้พระเจ้า !
โปรดยกโทษให้ฉันด้วยเพราะมันเป็นเพียงเพื่อประโยชน์ในหน้าที่"

Ancestral Cradle
เป็นมรดกสืบทอดอันทรงคุณค่าที่สืบทอดมาจากรุ่นสู่รุ่น
แม้ว่าจะไม่เต็มใจที่จะขายมันเนื่องจากมีคุณค่าทางจิตใจและประวัติศาสตร์ แต่ **Bharati** ก็รู้สึกว่าถูกบังคับให้ขายเพื่อการศึกษาของลูกสาวของเธอ
เธอตัดสินใจลงโฆษณาขายเปลไม้ สตรีผู้มีน้ำใจคนหนึ่งชื่ออาร์ตี

ซึ่งกำลังพิจารณาจะซื้อเปลให้ลูกสาวเห็นโฆษณาดังกล่าว จึงติดต่อภารตี

เธอชอบเปลนี้และซื้อมัน
โดยมอบเงินที่จำเป็นให้กับภารตีเพื่อสนองความต้องการของโรงเรียนของลูกสาวเธอ ภารตีกลับบ้านอย่างมีความสุข ซื้อสิ่งของที่จำเป็นทั้งหมด

และส่งลูกสาวไปโรงเรียน

ในขณะเดียวกัน **Arti** ที่ได้ซื้อเปลนั้น

ในเวลาต่อมาก็ตระหนักว่ามันค่อนข้างเก่าแม้จะแข็งแรงและสวยงามก็ตาม อย่างไรก็ตามเธอคิดที่จะขายเพื่อซื้ออันใหม่ให้ลูกของเธอ ในไม่ช้า

การประมูลของเก่าก็เกิดขึ้นในบริเวณใกล้เคียง **Arti** ตัดสินใจประมูลเปล

เธอต้องประหลาดใจเมื่อการประมูลเปลนั้นสูงกว่าที่เธอคาดไว้มาก
จำนวนเงินที่เธอได้รับนั้นมากกว่าจำนวนเงินที่เธอจ่ายให้กับภารตีอย่างมาก
จากนั้นเธอก็นึกถึงภารตีเจ้าของเปลคนก่อนซึ่งมีฐานะยากจนมากจนต้องขายเปลของบรรพบุรุษเพื่อสนองความต้องการของลูกสาว
เธอพบข้อมูลติดต่อของภารตีจึงติดต่อเธอทันที

Arti รู้สึกประหลาดใจที่ได้เรียนรู้เกี่ยวกับปัญหาทางการเงินของ **Bharati** และเหตุผลเบื้องหลังการขายเปล ด้วยความประทับใจจากเรื่องราวของภารตี อาร์ตีจึงตัดสินใจ
เธอโทรหาภราตีและแจ้งให้ทราบว่าเธอจะแบ่งเงินครึ่งหนึ่งที่ได้รับจากการประมูลให้กับเธอ ภารตีรู้สึกขอบคุณอาร์ติอย่างท่วมท้น เธอขอบคุณเธอมาก ตอนนี้เธอมีเงินจำนวนมากซึ่งหลังจากเติมเต็มความต้องการในการศึกษาทั้งหมดของลูกสาวแล้ว มันก็จะไม่หมดไปหลาย ปี ในท้ายที่สุด **Arti** กอด **Bharati** โดยพูดว่า "เปลนี้เป็นของคุณเสมอ

และคุณมีสิทธิ์เท่าเทียมกับเงินจำนวนนี้เช่นเดียวกับฉัน
ฉันยินดีเป็นอย่างยิ่งที่ได้ช่วยเหลือเจ้าของเปลตัวจริง"
ภารตีขอบคุณอย่างมากมายครั้งแล้วครั้งเล่า

ด้วยความรู้สึกพึงพอใจกับการทำงานที่ดี **Arti** ก็หันหลังกลับบ้านเช่นกัน ความสุขของการให้และแบ่งปันนั้นยิ่งใหญ่กว่าการรับเสมอ เธอตระหนักดี

สิ่งประดิษฐ์ของวีรุ

กาลครั้งหนึ่งมีป่าแห่งหนึ่งชื่อกัญจักวัน **Bholu Bear** และครอบครัวของเขาอาศัยอยู่ที่นั่น สัตว์อื่นๆ อีกหลายชนิดก็อาศัยอยู่ในป่าแห่งนี้ด้วย เชรู ราชสีห์เป็นราชาแห่งพงไพร เขาท่องเที่ยวไปในป่ากับครอบครัวตลอดทั้งวัน และเคยนอนในถ้ำตอนกลางคืน มียีราฟตัวหนึ่งชื่อ กุนนู

อยู่ในป่าซึ่งสามารถมองเห็นอันตรายจากระยะไกลได้โดยใช้คอยาวของเขา ช้างอาปุมีสีขาวราวกับหิมะ พระองค์ดูงดงามมากจนสามารถแข่งขันกับช้างชื่อดังชื่อไอราวุธแห่งสวรรค์ได้ ด้วยเหตุนี้ป่าที่ชื่อกันจักร์วรรณจึงมีสภาพแวดล้อมที่สดชื่นอยู่เสมอ

ที่ไหนสักแห่งได้ยินเสียงนกร้องอันแสนหวานในระหว่างวัน พวกเขาเคยมีความสุขที่จะบินจากต้นไม้ต้นหนึ่งไปอีกต้นหนึ่งและไปรอบๆ บ้างก็ทำรังบนต้นไม้ การพูดคุยอย่างต่อเนื่องของพวกเขาเพิ่มความสุขให้กับป่า แม้แต่การปรากฏตัวของพวกมันก็ทำให้ป่ามีชีวิตชีวา นอกจากนี้ยังมีมันธารา สุนัขจิ้งจอก และมนูลิง;

ผู้ซึ่งมีความฉลาดและความชั่วร้ายทำให้บรรยากาศสนุกสนาน มีสัตว์อีกหลายชนิดอาศัยอยู่ในกัลจักรวัน เป็นตัวอย่างแห่งความรัก

ภราดรภาพ และความสามัคคี

อย่างไรก็ตามยังมีสิ่งหนึ่งที่ขาดหายไปในกัญจักวัน
ไม่มีแหล่งน้ำดื่มที่หาได้ง่าย นั่นคือน้ำที่ปลอดภัยสำหรับการดื่ม

ในเมืองกันจักวันไม่มีสระน้ำหรือบ่อน้ำ
เมื่อก่อนเคยมีบ่อน้ำที่แห้งเหือดเนื่องจากอากาศร้อนจัดในช่วงฤดูร้อน
เป็นเวลานานแล้วที่เมฆปกคลุมผืนน้ำ
ดูเหมือนว่าพวกเขาจะหยุดงานประท้วงด้วยเหตุผลบางอย่าง
เมื่อใดก็ตามที่ชาวเมืองกันจักวันรู้สึกกระหายน้ำ
พวกเขาจะต้องไปที่จำปาวันซึ่งเป็นป่าในละแวกใกล้เคียง ชาว **Kanjakvan**
อดทนต่อชีวิตที่ยากลำบากและแห้งแล้งด้วยความรู้สึกยอมรับโดยคำนึงถึงชะตากรรมของพวกเขา

มีคำกล่าวว่าโชคชะตาไม่ยิ่งใหญ่กว่าการกระทำ
การกระทำที่ทำไปในทิศทางที่ถูกต้องมีพลังในการเปลี่ยนแปลงชะตากรรม
พระเจ้าช่วยคนที่ช่วยตัวเอง
กัลจักร์รุ่นเยาว์ไม่ได้นั่งประสานมืออย่างเกียจคร้าน
พวกเขาพยายามอย่างต่อเนื่องเพื่อแก้ไขปัญหาการขาดแคลนน้ำ
ความพยายามของพวกเขาคือจัดหาน้ำดื่มให้ใกล้ที่สุด
เพื่อที่ชีวิตของคนเหล่านี้จะง่ายขึ้นบ้าง
มีกลุ่มนักวิทยาศาสตร์ในหมู่เยาวชนที่พยายามทำสิ่งใหม่ๆ อย่างต่อเนื่อง
สมาชิกของกลุ่มนี้ค่อนข้างฉลาดและมีส่วนร่วมในการสร้างสรรค์สิ่งใหม่ ๆ
ที่มีประโยชน์และน่าสนใจ
พวกเขาเคยเรียนรู้ความก้าวหน้าทางเทคโนโลยีในสมัยนั้น วีรุ

หัวหน้ากลุ่มนี้เป็นลูกชายคนโตของลิงมนู
เขาเรียนอยู่ชั้นประถมศึกษาปีที่สิบ
ไม่ว่าเขาจะเหลือเวลาเท่าใดหลังจากเรียนตามปกติ
เขาก็ทุ่มเทให้กับงานวิจัยของเขาทั้งหมด
เขาได้กลายเป็นหนูทดลองเพื่อบรรลุเป้าหมายของเขา
วีรุได้ทำการทดลองต่างๆ
เขาต้องการหาแนวทางแก้ไขปัญหาการขาดแคลนน้ำโดยเร็วที่สุด
เพื่อให้มีน้ำดื่มสะอาดสำหรับทุกคน

ในที่สุด **Veeru** และทีมของเขาก็ได้รับผลสำเร็จ

และพวกเขาก็ได้ค้นพบวิธีแก้ปัญหาแล้ว

วิธีแก้คือ 'ชาปากาล' ซึ่งแปลว่าเครื่องปั๊มมือ

ในกรณีนี้ท่อที่ยาวมากจะถูกฝังลึกลงไปในดิน จากนั้นจึงใช้ลูกสูบ วาล์ว และคันโยก น้ำถูกนำมาจากความลึกของพื้นดินสู่ผิวน้ำ เยาวชนผู้กล้ากัญจักรวรรณ คิดค้นเทคโนโลยีและประยุกต์ทำชาปากาล พวกเขาได้ติดตั้ง 'ชาปาคาล' และมันก็ใช้งานได้ น้ำเริ่มไหลออกมาจากพื้นดิน

น้ำก็สะอาดมากมีรสชาติดี หนุ่มกัณจักรวรรณได้แสดงปาฏิหาริย์แล้ว ด้วยการทำงานหนัก ความฝันของพวกเขาก็กลายเป็นความจริง

พวกเขาสามารถใช้น้ำสะอาดได้โดยไม่ต้องใช้ความพยายามค่อนข้างน้อยในบริเวณใกล้เคียง

คลื่นแห่งความสุขก็แผ่ไปทั่ว **Kanjakvan**

สัตว์ทั้งหลายก็เบ่งบานด้วยความสุข

ความยากลำบากในชีวิตของพวกเขาก็ลดลงบ้าง ตอนนี้เด็กๆ จะได้ไม่ต้องทนหิวน้ำ และผู้หญิงก็ไม่ต้องไปตักน้ำจากป่าอันห่างไกล กัญจักวันก็มีความยินดีล้นหลามไปทั่วป่า

วันหนึ่งสภาผู้สูงอายุของชาวเมืองกันจักวันเรียกประชุม วัตถุประสงค์ของการประชุมครั้งนี้คือเพื่อเป็นเกียรติแก่ทีมนักวิทยาศาสตร์รุ่นใหม่ที่ทุ่มเทอย่างไม่เคยมีมาก่อนและทำงานหนักเพื่อจัดหาน้ำให้เพียงพอในป่า ความพยายามนี้สมควรได้รับการยอมรับอย่างแท้จริง

พวกเขาสละความสะดวกสบายส่วนตัวและมอบชีวิตใหม่ให้กับทุกคน ที่ประชุมได้กำหนดวันอันเป็นมงคลเพื่อมอบรางวัลซึ่งจะมีการเฉลิมฉลองอย่างยิ่งใหญ่

ใต้ต้นไทรใหญ่ เวทีใหญ่ได้รับการตกแต่งอย่างสวยงาม ความรับผิดชอบในการจัดการโครงการนี้ตกเป็นของช้างอัปปุ ซึ่งมีไมโครโฟนอยู่ในมือ

ชาวเมืองกันจักวานทุกคนก็มาร่วมงานนี้ด้วยที่นั่งบนเก้าอี้ของตน วีรุ ตัวแทนทีมนักวิทยาศาสตร์รุ่นเยาว์ เป็นประธานในการดำเนินคดี

เมื่อเรียกชื่อวีรุเพื่อรับรางวัล ผู้ชมทั้งหมดต่างปรบมือต้อนรับเขา อัปปุ
ช้างอุ้มเขาขึ้นบนหลังแล้วเดินวนไปทั่วทั้งเวที
เสียงปรบมือดังก้องก้องไปทั่วทั้งป่า
ด้วยโปรแกรมทางวัฒนธรรมและการแจกจ่ายปราสาท งานนี้ก็จบลงด้วยดี
ในดวงตาของลิง Manu น้ำตาแห่งความปิติหลั่งไหลออกมา
และใบหน้าของเขาก็ยิ้มแย้มแจ่มใสด้วยรอยยิ้มแห่งชัยชนะ ท้ายที่สุดแล้ว
วีรูคือลูกชายของเขา และวันนี้เขาก็ได้รับเกียรติ
วันนี้เขาเสียใจที่เคยดุวีรูในวัยเด็กและล้อเลียนเขาขณะเรียนหนังสือ
เมื่อวีรุลงจากเวทีพร้อมเหรียญรางวัลก็เดินตรงไปหาพ่อแล้วโค้งคำนับให้แตะเท้า แต่เจ้าลิงมนูก็ไม่พลาดโอกาสนี้
เขาก้าวไปข้างหน้าเพื่อกอดลูกชายของเขา
สิ่งประดิษฐ์ใหม่ที่เขาสร้างขึ้นได้เพิ่มความภาคภูมิใจให้กับเขา

เติมเงินสำหรับปั๊มมือ

ชีวิตของชาวบ้าน **Kanjakvan**

ค่อนข้างง่ายขึ้นด้วยความช่วยเหลือของน้ำที่เข้าถึงได้ง่าย
ตอนนี้พวกเขาไม่จำเป็นต้องไปจำปาวันที่อยู่ใกล้เคียงเพื่อซื้อน้ำทุกถัง
ชาวป่าทุกคนต่างชื่นชมมนู วีรู

และพวกเขาก็อยู่อย่างมีความสุขมานานหลายปี
วีรูผ่านการทดสอบชั้นประถมศึกษาปีที่ 12 ด้วยคะแนนดีเยี่ยม

วันหนึ่งชาวเมืองกันจักวานเรียกประชุมกัน แสดงความยินดีกับลูกๆ
ของกันและกันที่มีผลสอบดีเยี่ยมซึ่งเป็นวาระหลักของการประชุม
มีมติเป็นเอกฉันท์ว่าในวันอาทิตย์ถัดมา งานฉลองใหญ่จะจัดขึ้นที่เมือง
Kanjakvan ซึ่งสัตว์ทุกตัวและครอบครัวจะมารวมตัวกัน ในระหว่างงานเลี้ยงพวกเขาวางแผนที่จะหารือเกี่ยวกับแผนการศึกษาในอนาคตสำหรับบุตรหลานของตน

ในวันอาทิตย์ มีการจัดเก้าอี้ใกล้ต้นไทรที่ใหญ่ที่สุด

ห่างออกไปอีกหน่อยก็มีโต๊ะสำหรับอาหารและการเตรียมน้ำ หันใดนั้นทุกคนก็สังเกตเห็นว่าชิมปุ ยีราฟสายคอยาวพยายามจะพูดอะไรบางอย่าง อย่างไรก็ตาม

ไม่มีใครสามารถเข้าใจสิ่งที่เขาพยายามจะพูดได้ งานเลี้ยงยังไม่เริ่มเลย

มีการเตรียมการทำอาหารในสวนสาธารณะใกล้เคียง กลิ่นของอาหารช่วยเร่งความหิวของแขก ทุกคนต่างรู้สึกหิวโหยและรอคอยอาหารอร่อยๆ อย่างใจจดใจจ่อ

สายตาของพวกเขาเริ่มจ้องมองไปที่โต๊ะที่เต็มไปด้วยอาหารหลากหลายในเวลาไม่นาน ในความคาดหมายนี้ บางคนกำลังเดินไปมา

บางคนนั่งบนเก้าอี้อย่างอดทน เด็กๆ กำลังเต้นรำกับดีเจ

ชิมปุ ยีราฟพยายามพูดอะไรบางอย่างซ้ำแล้วซ้ำเล่า

ไม่มีใครสนใจเขาเนื่องจากมีเสียงรบกวนมากมาย นอกจากนี้

ชิมปุไม่สามารถพูดได้อย่างชัดเจน สักพักหนึ่ง อัปปุ

ช้างสังเกตเห็นจึงเรียกเขาด้วยความรัก แล้วถามว่า “ชิมปุ

มีอะไรกวนใจคุณอยู่หรือเปล่า? คุณพยายามจะพูดอะไรบางอย่างมานานแล้ว บอกฉันมาว่ามีเรื่องอะไรกัน?”

“คุณปู่อาปุ! ดูสิ ปั๊มมือไม่ทำงาน - มันจะสร้างปัญหาที่นี่

มันจะไม่ทำให้ความสนุกของปาร์ตี้เสียไปเหรอ?” ชิมปุพยายามแสดงความกังวลโดยหอบหายใจขณะพูด

Appu Elephant ให้ความมั่นใจแก่เขาโดยพูดว่า “ชิมปุ ที่รัก!

ไม่ต้องกังวลเลย ยังไงเราก็จะหาทางแก้ไขปัญหาให้ได้ มากับฉันด้วย”

ยีราฟชิมปุและช้างอาปุต่างมุ่งหน้าไปที่ปั๊มมือ เมื่อไปถึงก็เห็นมนูมังกี้ยืนอยู่ที่นั่นกับวีรุ ลูกชายของเขา วีรูกำลังปั๊มมือ

ส่วนมนูกำลังดื่มน้ำ

เมื่อเห็นสิ่งนี้ ดวงตาของชิมปุก็เบิกกว้างด้วยความประหลาดใจ

เมื่ออัปปุมองเขาด้วยสายตาที่เป็นคำถาม ชิมปุก็พูดตะกุกตะกักและพูดว่า "ไม่ ไม่ ฉันพูดจริง" ตอนที่ฉันควบคุมปั๊มมือตอนนี้ ฉันไม่มีน้ำ

ฉันจึงมาแจ้งให้คุณทราบ”

วีรุปลอบใจเขาว่า “ชิมปุ คุณพูดถูก”

เป็นเรื่องจริงที่ปั๊มมือไม่ได้ให้น้ำเมื่อไม่กี่นาทีที่แล้ว แม้ตอนที่ผมดำเนินการ น้ำก็ไม่ออกมาทันที แต่ฉันรู้ว่าจะหาคูปองเติมเงินปั๊มมือได้ที่ไหน

ด้วยการเทน้ำเล็กน้อยลงในท่อด้วยแก้วหรือแก้วน้ำ
และใช้งานที่จับอย่างต่อเนื่อง อุปกรณ์ก็จะชาร์จใหม่ได้

จากนั้นจะเริ่มจ่ายน้ำอีกครั้ง
ฉันก็ทำแบบเดียวกันและตอนนี้คุณก็เห็นแล้วว่ามันใช้งานได้
คุณต้องกังวลหากคุณประสบปัญหาเดียวกันในอนาคต
เพียงใช้เคล็ดลับเดียวกันแล้วเติมน้ำด้วยน้ำหนึ่งแก้ว”

สัตว์ทั้งหลายต่างก็พอใจกับจิตของวีรุเป็นอย่างมาก
ชิมปุปรบมือและเริ่มหัวเราะ ตอนนี้พวกเขาทุกคนสนุกสนานกับงานปาร์ตี้

วันแชมป์

Sheetal และ **Sunny** เป็นพี่น้องกัน ทั้งสองมีอายุต่างกันแปดปี **Sheetal** เป็นบุตรหัวปีของพ่อแม่ของเธอ ในขณะที่ **Sunny** เข้ามาในครอบครัวเกิดขึ้นแ ปดปีหลังจากครอบครัว **Sheetal** เรื่องราวนี้เริ่มต้นเมื่อซันนี่อายุได้สามขวบและชีตัลอายุได้สิบเอ็ดปี ชีตัลรักพี่ชายของเธอมากเกินไป เธอยังดูแลเขาตามคำแนะนำของพ่อแม่ด้วย เนื่องจากซันนี่ไม่ใช่เด็กโต เขาจึงไม่สามารถเล่นเกมที่เธอชอบเล่นได้ทั้งหมด เขามีเกมประเภทของตัวเองที่เขาเคยเล่น ดังนั้น **Sheetal** จึงต้องการพันธมิตรเกมอีกคนเพื่อเล่นกับเธอ

Venkatesh พ่อของเธอเสนอแนวทางแก้ไขปัญหาของเธอ เขาทำให้ลูกสาวของเขาเป็นเพื่อนที่ดีด้วยการเป็นเพื่อนกับเธอ เขาให้เธอทำการบ้าน พาเธอออกไปเดินเล่นและเล่นกับเธอ **Sheetal** เล่นกับเพื่อน ๆ ที่โรงเรียนและสนุกสนานกับเพื่อน ๆ ในละแวกบ้าน การได้เล่นกับพ่อของเธอยังคงเป็นเรื่องสนุกที่สุดสำหรับเธอ

ทุกวันอาทิตย์ **Sheetal** และพ่อของเธอเคยเล่นหมากรุก **Radhika** แม่ของ **Sheetal** ยังคงยุ่งอยู่กับงานบ้านหรืองานในสำนักงาน เมื่อมีเวลาว่างเธอจะต้องดูแลลูกชายและทำให้เขาเรียนรู้สิ่งใหม่ๆ

พ่อชอบเกมหมากรุก
เขาเริ่มฝึกสอนลูกสาวให้เรียนรู้การเล่นเกมนี้เมื่ออายุได้หกขวบ เด็กๆ

มักจะมีจิตใจที่เฉียบแหลม พวกเขาเรียนรู้สิ่งใหม่ได้เร็วกว่าผู้ใหญ่ **Sheetal** ก็เรียนรู้อย่างรวดเร็วที่จะประดับกระดานหมากรุกด้วยเบี้ยและเชี่ยวชาญการเคลื่อนไหวที่ถูกต้อง **Venkatesh**

มีความฝันว่าลูกสาวของเขาจะเป็นแชมป์ในเกมหมากรุกเหมือนกับวิศวะนาธาน อานันท์ ผู้ยิ่งใหญ่

ไม่ว่าเขาจะยุ่งแค่ไหนเขาก็ไม่เคยพลาดชั้นเรียนหมากรุกเพื่อฝึกสอนลูกสาวของเธอ

เมื่อพ่อและลูกสาวนั่งตรงข้ามกระดานหมากรุก
ดูเหมือนพวกเขากำลังจะเล่นกันอยู่
แต่พวกเขากลับอยู่ในสนามรบที่ทุกทีมมุ่งมั่นที่จะชนะ
บางครั้งพ่อก็จับอัศวินของชีตัล และบางครั้งก็จับเบี้ยของเธอด้วย

บางครั้งเขาจะเตือนเธอว่า "ดูสิ ชีทัล ราชินีของคุณจากไปแล้ว"

จากนั้นชีตัลก็เริ่มร้องไห้ "พ่อ!"

สักพักพ่อจะพูดว่า "ชีตาล กษัตริย์ของเจ้าอยู่ในความควบคุมแล้ว"

แล้วรุกฆาต" แล้วเธอก็จะรำคาญ

เธอจะแสดงความโกรธด้วยการพลิกกระดานหมากรุกทั้งหมด

"ตอนนี้ฉันจะไม่เล่นกับคุณ คุณกำลังโกงฉันในเกม

ฉันจะไม่คุยกับคุณอีกต่อไป"

จริงๆ แล้ว **Sheetal** มีความเกลียดชังอย่างมากต่อการสูญเสีย

ไม่ว่าจะเป็นการเรียนหรือเกม
เธอต้องการเพียงแค่ชัยชนะจากส่วนแบ่งของเธอเท่านั้น อย่างไรก็ตาม

ในเกมหมากรุก เธอยังไม่มีทักษะสูงและมักจะดิ้นรนเพื่อเอาชนะ

พ่อเป็นนักเล่นหมากรุกที่ยอดเยี่ยม **Sheetal**

ไม่มีเพื่อนคนอื่นเล่นหมากรุกกับเธอ
เธอมักจะจบลงด้วยการพ่ายแพ้ให้กับพ่อของเธอ แม่ยุ่งมาก

ซันนี่ยังเด็กเกินไป และเธอต้องเล่นกับพ่อของเธอ

วันอาทิตย์วันหนึ่งพ่อพูดว่า "ชีตัล มาเถอะ" มาเล่นกัน.

เอากระดานหมากรุกมาด้วย"

Sheetal ไม่สนใจเลย นางปฏิเสธ "ไม่ครับท่านพ่อ" ฉันไม่มีอารมณ์จะเล่น"

"โอ้ ! ที่รัก เกิดอะไรขึ้น? มาเร็ว. รีบเลย. คุณจะเพลิดเพลินมาก"

เขายืนกราน

"ไม่ครับพ่อ.. ฉันมีการบ้านอีกมากที่ต้องทำ"

"มาเถอะที่รัก วันนี้เป็นวันหยุด คุณสามารถทำการบ้านได้ในภายหลัง"

ที่จริงแล้วการบ้านไม่ได้เรื่อง ปัญหาก็เหมือนกัน

เด็กผู้หญิงที่ชอบเป็นผู้ชนะมาโดยตลอดแต่ยังไม่เชี่ยวชาญขนาดนี้เพื่อที่จะชนะเกมนี้กับพ่อของเธอ
เธอไม่ชอบที่จะแพ้และพ่อของเธอไม่อนุญาตให้เธอชนะในขณะที่เล่นกับเขา เมื่อพ่อ **Venktesh** ยังคงยืนกรานที่จะเล่นเกมนี้ต่อไป เธอกล่าวว่า

"ฉันไม่อยากเล่นกับคุณ เพราะฉันรู้ว่าฉันจะไม่ชนะในครั้งนี้เช่นกัน"

พูดจบเธอก็เบือนหน้าหนี

"โอ้ ! ลูกที่รัก อย่าโกรธนะ" พ่อพยายามทำให้ลูกสาวของเธอพอใจ

บางครั้งเวลาที่เด็กๆ อารมณ์เสีย พวกเขาดูน่ารักมาก ดังนั้นชีตัลจึงดูเหมือนพ่อของเธอต้องใช้ความพยายามอย่างมากเพื่อที่จะให้กำลังใจเธออีกครั้งและทำให้เธอพร้อมที่จะเล่น

"คุณคือลูกสาวผู้กล้าหาญของฉัน อย่ายอมแพ้ก่อนที่จะเล่น

เพราะการเล่นเกมเป็นก้าวหลักสู่ชัยชนะ"
ความคิดนี้คลิกเข้ามาในใจของเธอ และเธอก็พร้อมที่จะเล่น

นั่นเรียกว่าจิตวิญญาณแห่งน้ำใจนักกีฬา ไม่ว่าจะเป็นเกมหรือชีวิต

คุณต้องให้ความสำคัญกับส่วนของคุณ
เตรียมความพร้อมและดำเนินการในระดับของคุณดีที่สุด อย่ากลัวผลลัพธ์

แล้ว ฉันก็เริ่มพึมพำ "ฉันก็กลัวแพ้เหมือนกัน"

เมื่อได้ยินเช่นนี้ รอยยิ้มก็ปรากฏบนใบหน้าของชีตัล

เธอไม่กังวลกับผลลัพธ์อีกต่อไป จากนั้นเกมก็เริ่มต้นขึ้น

"ตอนที่ฉันยังเป็นเด็ก ฉันเคยเล่นกับคุณปู่ของคุณ

ฉันเองก็คงจะร้องไห้เมื่อฉันพ่ายแพ้เหมือนคุณ
นั่นคือตอนที่ปู่ของคุณบอกฉันว่า 'ฟังนะ **Venkatesh!**

ถือว่าความพ่ายแพ้เป็นครูของคุณ
เรียนรู้จากความผิดพลาดของคุณและเตรียมพร้อมสำหรับชัยชนะ
วันหนึ่งคุณจะเป็นแชมป์ 'เวนคาเตชเล่นต่อไปในขณะที่เล่นด้วย"

จากนั้น เมื่อหันไปทางห้องครัว เขาก็ตะโกนบอกภรรยาว่า "ฟังนะ ราธิกา !
ผู้ชมของเราอยู่ที่ไหน
เราต้องการให้พวกเขาสร้างสภาพแวดล้อมที่ร่าเริงเพื่อดึงสิ่งที่ดีที่สุดออกมา
จากผู้เล่น เชิญมานั่งกับเรา การแข่งขันกำลังจะเริ่มขึ้นแล้ว

ไม่นานก็มียักษ์สองตัวกำลังเล่นหมากรุกต่อสู้ **Sheetal**

และพ่อของเธอเป็นผู้เล่น แม่และพี่ชายของเธอเป็นผู้ฟัง

พวกเขายังคงให้กำลังใจผู้เล่นอย่างต่อเนื่องเป็นครั้งคราว

ชีตัลมีความสุขมากและพูดว่า "มาเถอะพ่อ" คราวนี้ฉันจะเอาชนะคุณ"

พ่อวางกระดานหมากรุกและกระจายตัวหมากบนนั้น เขาถามว่า

"บอกฉันหน่อย คุณจะเล่นเป็นสีดำหรือขาว?"

"สีขาว."

Venkatesh และ **Sheetal** จัดเรียงตัวหมากรุกไว้บนกระดาน

พวกเขาวางชิ้นส่วนทั้งหมดตามลำดับ ในแถวแรก

พวกเขาวางเรือไว้ในกล่องแรก อัศวินในกล่องที่สอง บิชอปในกล่องที่สาม
ราชินีในกล่องที่สี่ กษัตริย์ในกล่องที่ห้า อูฐในกล่องที่หก

อัศวินในกล่องที่เจ็ด และโกงในที่แปด "

พ่อจัดเสื้อผ้าทั้งหมดไว้ข้างเขาและชีตัลไว้ข้างเธอ
เธอจัดชิ้นส่วนทั้งหมดของเธอไว้ในแถวเดียวโดยอยู่ข้างเธอ

จากนั้นผู้เป็นพ่อก็ช่วยเธอจัดชิ้นส่วนที่เหลือ
เกมเริ่มต้นขึ้นและในไม่ช้าจำนวนชิ้นส่วนที่ยึดได้ก็เพิ่มขึ้นในสนามรบ

ความสนใจของพ่อมุ่งความสนใจไปที่อารมณ์ที่ปรากฏบนใบหน้าของชีตัลอย่างต่อเนื่อง

เกมดังกล่าวค่อนข้างน่าสนใจ **Sheetal**

จะปรบมือเสียงดังเมื่อเขารู้สึกว่าพ่อของเธอจะแพ้การแข่งขัน เธอตะโกนว่า "แม่ ครั้งนี้ฉันจะชนะ"

จากนั้นแม่จะตบหลังชีตัล ส่วนพ่อก็จะแกล้งทำเป็นร้องไห้อย่างสนุกสนาน

ซันนี่และคุณแม่ยังคงให้กำลังใจนักเตะด้วยการปรบมืออย่างต่อเนื่อง
ในขณะนั้น พ่อรู้สึกว่าชีตัลเริ่มกังวลใจ ดังนั้น พ่อจึงจงใจเริ่มแพ้

และคราวนี้เขาปล่อยให้ลูกสาวของเขาชนะด้วยการพยายามอย่างมีสติ
Sheetal มีความสุขมากกับชัยชนะครั้งแรกของเธอในเกมหมากรุก

แม่พูดว่า "มาเร็วเข้า เก็บเกมเร็วๆ

แล้วมุ่งหน้าไปที่โต๊ะกินข้าวเพื่อกินข้าวเที่ยง"

และทุกคนก็เดินไปที่โต๊ะกินข้าวเพื่อรับประทานอาหารกลางวัน

ด้วยวิธีนี้ในขณะที่เล่นและเพลิดเพลิน **Sheetal** อายุได้สิบเอ็ดปี

การทำงานหนักของ **Venkatesh** ได้ผลแล้ว ในช่วงห้าปีที่ผ่านมา

เธอมีความเป็นเลิศในการเล่นหมากรุก
เธอได้เข้าร่วมการแข่งขันหลายรายการในเมืองและเขตของเธอและคว้าชัยชนะมามากมาย

แม้กระทั่งทุกวันนี้ ยังมีการแข่งขันหมากรุกที่ **Sheetal**

ได้รับรางวัลเหรียญทอง
สมาชิกครอบครัวทุกคนร่วมพิธีตั้งแต่กลับบ้านพร้อมเหรียญรางวัล วันนี้

Venkatesh รู้สึกโชคดีเป็นพิเศษ เขาพูดกับนางราธิกาภรรยาของเขาว่า "เธอจำวันที่ชีตัลของเราเกิดและแม่ของฉันเหน็บแนมเธอที่คลอดบุตรสาวได้ไหม? ในวันนั้นเอง

ฉันตัดสินใจว่าจะทำให้เธอมีความสามารถมากจนเธอจะทำให้ชื่อเสียงของครอบครัวเราได้รับเกียรติ วันนี้ถ้าแม่ของฉันยังมีชีวิตอยู่

เธอคงจะรู้สึกภูมิใจกับหลานสาวที่รักของเรา"

ราธิกาพยักหน้าเห็นด้วย
ตอนนี้เธอมองขึ้นไปบนฟ้าและขอบคุณพระเจ้าในสวรรค์สำหรับทุกสิ่งที่ดีในชีวิตของพวกเขา

สายรุ้งหลากสีของ Bholu

ซุกซน Bholu

กาลครั้งหนึ่ง มีเด็กคนหนึ่งชื่อโภลุ เขาเป็นเด็กสิบขวบที่น่ารักมาก สวย และอ้วนท้วน โบลูค่อนข้างซุกซน ซน และฉลาดเล็กน้อย พ่อแม่ของ Bholu และสมาชิกในครอบครัวทุกคนรักเขามาก

โบลูไม่ชอบไปโรงเรียนเลย
แต่พ่อแม่ของเขาไม่อนุญาตให้เขาอยู่บ้านในวันที่ไปโรงเรียน
แม้ว่าเขาจะเล่าถึงความสำคัญของการศึกษาและอยากเรียนด้วยก็ตาม
แต่เขาไม่สามารถมุ่งความสนใจไปที่การเรียนได้เป็นเวลานาน
ไม่ว่าครูของเขาจะสอนอะไรในชั้นเรียนก็ตาม
เขาก็ไม่สามารถเรียนรู้มันได้มากเกินไป
เขาจะมองไปทางอาจารย์สักพักหนึ่ง แล้วก้มศีรษะลงและนั่งเงียบๆ
เพื่อหลีกเลี่ยงความกลัวที่จะถูกถามคำถาม
เขามักจะพยายามมองไปในทิศทางอื่น
วันหนึ่งโภลูไปโรงเรียน ครูวิทยาศาสตร์ของเขาประกาศในชั้นเรียนว่า
"เด็กๆ พรุ่งนี้ฉันจะทำแบบทดสอบในชั้นเรียน
พวกคุณทุกคนต้องอ่านบทนี้ให้ละเอียดและเตรียมตัวให้พร้อม" เด็กๆ
ทุกคนพยักหน้าเห็นด้วย เมื่อโภลูกลับถึงบ้านก็เริ่มเล่น
เขาลืมไปว่าต้องเตรียมตัวสอบ เมื่อเกมจบลง เขาก็เพลิดเพลินกับอาหาร

ดูทีวี และเข้านอน ในตอนเช้า ขณะที่เขาเตรียมตัวไปโรงเรียน
เขาก็นึกถึงเรื่องสอบได้

"โอ้! ยาร์ โบลู ! คุณจะทำอะไรที่นั่น? คุณไม่ได้เรียนเลยเหรอ?"
เขากำลังพูดกับตัวเอง

"ฉันต้องหาวิธีแก้ปัญหาบางอย่าง
ไม่เช่นนั้นมันจะเป็นปัญหาใหญ่สำหรับฉัน"

โบลูคิดที่จะหยุดเรียนหนึ่งวันในวันนั้น
เนื่องจากเขาไม่ได้เรียนเพื่อการทดสอบ การดุด่าจึงเป็นสิ่งที่หลีกเลี่ยงไม่ได้
แล้วความคิดก็โดนใจเขา เขาตัดสินใจลองใช้แนวคิดนั้น

"แม่ แม่" โบลูตะโกน

แม่ของเขาวิ่งไปหาเขา

"เกิดอะไรขึ้น? คุณไม่เตรียมตัวไปโรงเรียนเหรอ?
รถโรงเรียนของคุณคงจะมาเร็วๆ นี้" แม่ของเขาถาม

"ไม่ค่ะแม่.. ฉันไม่สามารถไปโรงเรียนได้"

"ทำไม ? เกิดอะไรขึ้น ?"

"แม่ครับ ผมปวดท้องมาก"

เมื่อได้ยินสิ่งนี้ แม่ของเขาก็กังวล

เธอไม่สามารถส่งเขาไปโรงเรียนในสภาพเช่นนี้ได้
เธอขอให้เขาเขียนใบสมัครลาแล้วส่งให้เพื่อนของเขา เคล็ดลับของ **Bholu**
ได้ผล เขาค่อนข้างมีความสุข เขาทำตามที่แม่บอก

จากนั้นจึงเริ่มวางแผนว่าจะใช้เวลาทั้งวันอย่างไร "ตอนนี้ฉันจะสนุกที่บ้าน"
โบลูคิด

เมื่อแม่ของเขาอยู่ใกล้ๆ เขาแกล้งทำเป็นป่วยแต่ก็ทนไม่ได้นาน

ในตอนบ่ายเขารู้สึกหิว เขาคิดว่าแม่ของเขาจะนำอาหารอร่อยๆ มาให้เขา
แต่เขาไม่ประสบผลสำเร็จในภารกิจของเขา แม่ของเขาตำหนิเขา

"ลูกเอ๋ย เมื่อลูกป่วย ลูกจะกินอาหารได้ไม่ครบทุกประเภท

ห้องของคุณก็ต้องการการพักผ่อนเช่นกัน เพียงมี **Oral Rehydration Solution (ORS)** วันนี้ ทานยานี้ด้วยและพักผ่อน

อยากกินอาหารจานอร่อยอะไรก็ตาม คุณสามารถทานได้ในวันอื่น หายเร็วๆ นะ."

หลังจากได้ยินดังนั้น โภลูก็เริ่มร้องไห้

เขารู้สึกเหมือนได้สร้างใยสำหรับตัวเองเหมือนแมงมุมและติดอยู่ในนั้น เขาแอบสัญญาว่าจะไม่พูดโกหกใดๆ ในอนาคต และจะไม่หลบเลี่ยงงาน

จากนั้นโบลูก็มีความจริงใจในการศึกษามากขึ้น

ปัญหาของโบลู

วันหนึ่ง ในชั้นเรียนสังคมศาสตร์ ครูกำลังอธิบายบทนี้ เมื่อจบลง

การสนทนาก็เริ่มขึ้นระหว่างนักเทคโนโลยีและเด็กๆ เธอเริ่มถามถึงแรงบันดาลใจที่ได้รับจากเด็กๆ **Bholu**

มีความคิดเกี่ยวกับเรื่องนี้ เขากังวลว่าเขาจะพูดอะไรกับครูเมื่อถึงตาเขา

ทันใดนั้นเสียงกริ่งก็ดังขึ้น และโรงเรียนเลิกเรียนแล้ว เด็กๆ

ทุกคนก็มุ่งหน้ากลับบ้าน โบลูขึ้นรถโรงเรียน หลังจากนั่งลงแล้ว

เขาก็เริ่มวิตกกังวล เขาไม่รู้ว่าเขาจะเป็นอย่างไรเมื่อโตขึ้น

เมื่อโภลุลงจากรถโดยสารประจำทางที่จอดใกล้บ้านที่สุด เขาเริ่มเคลื่อนตัวไปยังบ้านของเขา เขาเห็นขอทานคนหนึ่งนั่งอยู่ริมถนน โบลูเริ่มกลัวแล้ว เขาจินตนาการว่าเขาสวมชุดผ้าขี้ริ้วแทนขอทานขอทาน อย่างไรก็ตาม เขาก็สงบสติอารมณ์ได้อย่างรวดเร็ว

เขาตัดสินใจว่าจะเรียนต่อและทำงานที่มีชื่อเสียงเพื่อมีชีวิตที่น่านับถือ อย่างน้อยเขาก็ไม่พร้อมที่จะกลายเป็นขอทาน โภลุถึงบ้าน เปลี่ยนเสื้อผ้า และเข้านอนโดยไม่ได้ทำอะไรอีก

โบลูนั่งอยู่ในห้องสอบเกาหัว เขามีกระดาษคำถามอยู่ในมือและมีกระดาษคำตอบอยู่บนโต๊ะ

แม้ว่าเขาจะอ่านคำถามจากกระดาษคำถาม
แต่เขาไม่สามารถตอบคำถามได้แม้แต่คำถามเดียว สงสัยว่าต้องทำอย่างไร

เขาจึงเริ่มเปิดหน้ากระดาษคำตอบ หลังจากคิดอยู่ครู่หนึ่ง

เขาก็เริ่มหันศีรษะไปมองเด็กๆ ที่อยู่รอบตัวเขา เขาคิดที่จะถามใครสักคน
แต่โชคก็ทรยศเขาที่นี่เช่นกัน ไม่มีเด็กคนใดแม้แต่จะมองเขา

แต่ครูเห็นเขาอย่างแน่นอน ตอนนี้โบลูกลัวมาก

เขาตัดสินใจว่าเขาจะขอความช่วยเหลือจากครู
เขารวบรวมความกล้าลุกขึ้นจากเก้าอี้แล้วพูดกับครู

"ท่านครับ โปรดอธิบายความหมายของคำถามนี้ให้พวกเราฟังด้วย"

เขาตะโกนบอกครู

"การสอบกำลังดำเนินอยู่ มันสนุกไหม? ทำด้วยตัวคุณเอง.

อ่านคำถามให้ละเอียดด้วยตัวเอง
ทำความเข้าใจและเขียนคำตอบลงในกระดาษด้วยตัวเอง"
อาจารย์ตอบอย่างเคร่งขรึม

โภลุนั่งลงสักพักหนึ่งแล้วเดินเข้าไปหาอาจารย์อีกครั้ง และทวนคำขอเดิมซ้ำ
แม้จะถูกปฏิเสธสองสามครั้ง แต่เมื่อ Bholu ยืนกราน

อาจารย์ก็ดุเขาเสียงดังและกระทั่งตบแก้มเขาด้วยซ้ำ โบลูร้องเสียงดัง

ขณะที่เขาพยายามจะนั่งลง เขาก็ล้มลงกับพื้นเสียงดังกึกก้อง เด็กคนอื่นๆ
ในห้องสอบต่างหัวเราะลั่นเมื่อเห็นภาพนั้น

"โบลู โบลู เกิดอะไรขึ้น?" โบลูได้ยินเสียงหนึ่ง

เมื่อเขาลืมตาก็ไม่พบใครที่อยู่ใกล้เขา

เมื่อโบลูได้ยินเสียงนั้นอีกครั้ง
เขาก็พยายามลืมตาและเห็นแม่ของเขายืนอยู่ตรงหน้าเขา
เธอพยายามจะให้เขาลุกขึ้น แล้วเขาก็เข้าใจว่าเขากำลังฝัน

"ลูกชาย คุณไม่รู้สึกหิวเหรอ? ลุกขึ้นมาล้างมือและหน้าของคุณซะ"

เธอพูด.

โบลูนึกถึงความฝัน ห้องสอบ และข้อสอบ

"โอ้พระเจ้า ! ช่างเป็นความฝันที่น่ากลัวจริงๆ ฉันคิดว่ามันเป็นเรื่องจริง" โบลูคิด

ตั้งแต่นั้นมา โบลูก็ศึกษาอย่างจริงจังและศึกษาอย่างสม่ำเสมอ

นกยูงประจำชาติ

วันหนึ่ง โบลูกำลังเล่นอยู่ที่ลานบ้านของเขา

ทันใดนั้นเขาก็รู้สึกถึงหยดน้ำสองสามหยดบนใบหน้าของเขา

"โอ้อะไร? ฝนเริ่มตกแล้วเหรอ?" เขาคิดว่า. โบลูมีความสุขมาก

เม็ดฝนเริ่มหนักขึ้นเรื่อยๆ และต่อมาก็เกิดฝนตกหนัก

ทันทีที่แม่ของโภลุเห็นดังนั้น เธอก็ตะโกนว่า "โบลู เข้ามาในห้องสิ ไม่เช่นนั้นน้ำฝนจะทำให้เสื้อผ้าของคุณเปียกชื้น คุณอาจทนทุกข์ทรมานจากความหนาวเย็น" เธอมาที่ลานบ้านเพื่อเรียกลูกชายของเธอเข้ามาข้างใน เธอเห็นโบลูเต้นรำอยู่ใต้ฝักบัวสายฝน

"มาโบลู.. หยุดอาบน้ำ. เอาผ้าเช็ดตัวมาเช็ดตัวให้แห้ง ดูสิ

เสื้อผ้าของคุณเปียกน้ำไปหมดแล้ว ไปเปลี่ยนเสื้อผ้าซะ" เธอสั่ง

"ไม่ครับแม่! ฉันไม่มาตอนนี้ ฉันชอบอาบน้ำท่ามกลางสายฝน

ขอให้ฉันอยู่ที่นี่ต่อไปอีกสักพัก ได้โปรดเถอะ ได้โปรดแม่คนดีของฉันด้วย" โบลูขอร้อง

"รีบอาบน้ำแล้วเข้ามาข้างในเลย" คุณอาบน้ำแล้วและในตอนเช้า

บัดนี้เจ้าอย่าประพฤติตัวเหมือนลูกคนนี้"

"แม่ ได้โปรด" **Bholu** ยังคงร้องขอกับแม่ของเขา

แม่โกรธเพราะโบลูไม่ฟังเธอ เขายังคงเพลิดเพลินกับการอาบน้ำฝน

บ่อยครั้งสิ่งนี้เกิดขึ้นที่บ้านของเรา เนื่องจากความแตกต่างบางประการระหว่างคนทั้งสอง คือ พ่อแม่และลูก

พ่อแม่ใส่ใจว่าลูกๆ ของพวกเขาจะไม่ทุกข์ทรมานอยู่แล้ว และลูกๆ

ก็อยากจะสนุกกับชีวิตในแบบของตัวเอง

Bholu ลังเลแต่ก็ไม่สามารถขัดขืนคำสั่งของแม่ได้นานเกินไป

เขาเข้าไปในบ้าน เช็ดตัว และสวมเสื้อผ้าใหม่

จากนั้นแม่ของเขาก็นำนมอุ่นเต็มแก้วมาให้เขา โบลูดื่มนมแล้วรู้สึกสบายใจ

พ่อของโภลูก็นั่งอยู่ในห้องนั้นด้วย โบลูนั่งข้างเขา

เขาเริ่มมองออกไปข้างนอก
หันใดนั้นกลิ่นหอมของพาโกรัสทอดก็เข้ามาในจมูกของพวกเขา
ความสนใจของ **Bholu**

หันไปทางห้องครัวที่แม่ของเขากำลังเตรียมปาโกรัสร้อนๆ

โบลูไปที่ห้องครัว เขาชอบกินผักโขม มารดาเห็นจึงถามว่า "โภลุ

ขอปาโกรัสหน่อยได้ไหม?"

โบลูไม่ตอบ เขายืนก้มหัวอยู่ตรงนั้น

"โบลู แม่ของคุณกำลังถามอะไรบางอย่าง ตอบกลับมั้ย?"

"ครับแม่. ฉันจะมีบ้าง" โบลู ได้ตอบกลับ

"คุณกำลังคิดอะไรอยู่ลูกชาย? ทุกอย่างโอเคไหม?

ดูเหมือนมีบางอย่างกำลังทำให้คุณหนักใจ -

"ครับแม่. คุณพูดถูก ฉันปรารถนาบางสิ่งบางอย่าง

คุณจะเติมเต็มความปรารถนาของฉันไหม?
ฉันเคยได้ยินและเห็นในภาพว่านกยูงเต้นรำดูสวยงามมาก
ฉันอยากเห็นนกยูงเต้นรำในความเป็นจริง" โบลูร้องขอ

ขณะเดียวกันแม่ของเขากำลังเตรียมปาโกรัสและปิดเตาแก๊ส
จากนั้นเธอก็เริ่มจัดพาโกราและซอสใส่ถาด

"โบลู เป็นเรื่องจริงที่นกยูงดูสวยงามมากขณะเต้นรำ

พวกมันก็เป็นนกประจำชาติของเราเหมือนกัน
ฉันยังสนุกกับการดูพวกเขาเต้นด้วยเพราะพวกเขาดูสนุกสนานมากในตอน

นี้" นางยื่นจานเล็ก ๆ ให้โบลูแล้วกล่าวว่า "เอาจานเหล่านี้ไปที่นั่นเถิด" ฉันจะนำชาและของว่างมา มาคุยกันหลังน้ำชากันเถอะ"

โภลุเดินไปที่ห้องโถงที่พ่อของเขานั่งอยู่ แม่ของเขาตามมาด้วยขนมและชา เป็นปาร์ตี้ของว่างที่อร่อยมาก พวกเขาทั้งหมดสนุกกับมัน

เมื่อเรื่องจบลง โบลูกล่าวว่า "พ่อครับ ผมมีเรื่องจะพูด โปรดฟังฉันด้วย"

"ใช่ บอกฉันสิ ลูกชาย" คุณต้องการอะไร" พ่อของเขาถาม

"พ่อครับ คุณเคยเห็นนกยูงเต้นระบำไหม?

ฉันได้อ่านเรื่องนี้ในหนังสือหลายเล่มและฉันก็เห็นภาพในหนังสือโทรทัศน์ด้วย แต่ในความเป็นจริงฉันไม่เคยเห็นมันเลย

ฉันอยากเห็นนกยูงตัวจริงเต้นจังเลยพ่อขอเถอะ" โบลูขอร้อง

"โบลู มันไม่ใช่คำถามใหญ่

เราสามารถเยี่ยมชมสวนสัตว์และไม่เพียงแต่ดูนกยูงเท่านั้น แต่ยังเห็นนกและสัตว์อื่นๆ อีกมากมายด้วย" พ่อของเขาแนะนำ

"จริงเหรอพ่อ? เราสามารถเห็นนกยูงเต้นรำในสวนสัตว์ได้ไหม?

ฉันอยากเห็นมันเต้นด้วยตาของฉันเอง" โบลูยืนกราน

"ครับ คุณโบลู" คุณพูดถูก

เป็นเรื่องน่ายินดีสำหรับทุกคนที่ได้เห็นนกยูงเต้นรำ

ความสุขในการเต้นช่วยเพิ่มความสวยงาม แต่ก็ไม่ค่อยเห็น

เราจะพบนกยูงเต้นรำได้ที่ไหน? ขอฉันคิดดูสักพัก" เขาพูดต่อ

ดูเหมือนเป็นการยากที่จะเติมเต็มความปรารถนาของคุณที่สวนสัตว์

นกยูงไม่เคยเต้นรำเมื่อมีฝูงชนอยู่ด้วย คุณอาจพบมันในป่า

คุณต้องเคยได้ยินคำพูดที่ว่า 'ใครเคยเห็นนกยูงเต้นรำในป่าบ้าง?'

สุภาษิตนี้มีอยู่เพราะนกยูงเต้นรำอย่างสันโดษ

คุณสามารถรับชมได้โดยซ่อนตัวอยู่ในสถานที่ใกล้เคียง

โดยปกติแล้วมันจะบินหนีไปถ้าสัมผัสได้ว่ามีคนอยู่ใกล้ๆ"

พ่อของเขาอธิบาย

"จริงเหรอพ่อ? เป็นอย่างนั้นเหรอ?" เมื่อพูดเช่นนี้ โบลูก็นิ่งเงียบ

เขารู้สึกเศร้า เขาเริ่มจ้องมองเข้าไปในความว่างเปล่า

เขากำลังจะสูญเสียความหวังที่ความปรารถนาของเขาที่จะเห็นนกยูงเต้นระบำสามารถเป็นจริงได้

แม่ของเขาเข้าใจอารมณ์ของโภลู เธอพูดว่า "โบลู มันเป็นงานที่ยากจริงๆ ตัวฉันเองเคยเห็นนกยูงเต้นรำแทบจะไม่สามหรือสี่ครั้งเท่านั้นจนถึงตอนนี้ ? จริง ๆ แล้วนกยูงไม่ค่อยเห็น และถ้าจะหานกยูงเต้น ๆ เรามีโอกาสน้อยที่สุด ? -

ระดับความหวังของ **Bholu** เริ่มเพิ่มขึ้นอีกครั้ง

"จริงเหรอแม่? อย่างไรและที่ไหน? บอกฉัน !" โบลูถามอย่างกระตือรือร้น

"รอก่อนเถอะ ฉันจะเล่าทุกอย่างให้ฟัง"

เมื่อเราเดินทางโดยรถประจำทางและผ่านป่าบางครั้งเราอาจเห็นนกยูงเต้นรำ

อยู่บ้างระหว่างทาง" แม่ของเขาอธิบาย

"ตกลง !" โบลูกล่าว เขาถูกชักชวน

เขารู้สึกมีความสุขที่รู้ว่ายังมีโอกาสที่ความปรารถนาของเขาจะบรรลุผลสำเร็จ

พระเจ้าทรงเมตตา **Bholu** มาก เขาไม่ต้องรอมากนัก

วันหนึ่งเมื่อโภลุมีโอกาสได้ท่องเที่ยวพักผ่อน
เขาเดินทางร่วมกับพ่อแม่โดยรถบัสไปเยี่ยมหมู่บ้านปู่ย่าตายาย
รถบัสแล่นผ่านข้างป่า ท้องฟ้ามีเมฆมาก **Bholu**

ได้อธิษฐานต่อพระเจ้าในตอนเช้าอย่างเงียบ ๆ

เพื่อเติมเต็มความปรารถนาของเขา

Bholu นั่งที่นั่งริมหน้าต่างตามปกติ

เขากำลังเพลิดเพลินกับทัศนียภาพภายนอก
ทันใดนั้นเขาก็อุทานด้วยความดีใจ เขาเพิ่งเห็นนกยูงเต้นรำอยู่นอกหน้าต่าง
เขาไม่อยากจะเชื่อสายตาของเขา

"เกิดอะไรขึ้นลูกชาย?"

"แม่! พ่อ ! เมื่อกี้ฉันเห็นนกยูงแสนสวย! มันอยู่ที่นั่น!"

โภลุชี้ไปทางเดียวกับที่นกยูงอยู่ ออกไปข้างนอกทางหน้าต่าง แต่พวกเขาก็มองไม่เห็นเพราะรถบัสเคลื่อนตัวไปข้างหน้าแล้ว ตลอดการเดินทางของเขา

เขารักนกยูงอีกหลายตัวที่สัญจรไปมาที่นี่และที่นั่น

โบลูรู้สึกปลาบปลื้มใจ ความปรารถนาอันยาวนานของเขาก็เป็นจริงในที่สุด เขาขอบคุณพระเจ้าที่ฟังคำอธิษฐานของเขาและตอบคำอธิษฐานเหล่านั้นด้วยท่าทีเชิงบวก

คนงานเลวทะเลาะกับเครื่องมือของเขา

วันหนึ่งโภลูไปโรงเรียน เขานั่งอยู่ในชั้นเรียนของเขา

ชั้นเรียนภาษาฮินดีอยู่ระหว่างดำเนินการ ครูกำลังสอนอยู่ เธอกล่าวว่า

"ลูกๆ วันนี้ฉันจะสอนสำนวนและวลีแก่พวกเธอ"

เด็กๆ ทุกคนเริ่มมีความสนใจมากขึ้นบ้าง มันเป็นหัวข้อใหม่สำหรับพวกเขา สำนวนบางคำก็สมเหตุสมผลสำหรับ Bholu

ในขณะที่บางสำนวนก็ไม่สมเหตุสมผล เขาคิดว่า "เอาล่ะ วันนี้ฉันจะไปเรียนสำนวนที่บ้าน ฉันจะขอให้แม่ช่วยฉันในเรื่องนี้"

ระหว่างทางกลับบ้าน Bholu ยังคงคิดถึงบทสำนวนต่อไป

เมื่อกลับถึงบ้านเขาพบว่าแม่ของเขานอนอยู่บนเตียงเนื่องจากเธอมีอาการปวดหัวอย่างรุนแรง

โภลุถามเธอด้วยความเป็นกังวลว่า "แม่คะ คุณกินยาหรือยัง" เมื่อได้ยินว่า 'ไม่' Bholu ก็นำยาและน้ำมาให้แม่ของเขา เธอกินยาแล้วนอนลงอีกครั้ง จากนั้นโบลูก็เข้าไปในครัวเพื่อหาของกิน

แม่ของเขาโทรหาเขาและสั่งให้เขาทำแซนด์วิชสำหรับตัวเองโดยใช้ขนมปัง เนย แตงกวา มะเขือเทศ และซอส Bholu เริ่มทำแซนด์วิช

"ประมาณครึ่งชั่วโมงเมื่อโภลูเข้าไปในครัว"
แม่ของเขาอยากรู้เกี่ยวกับความล่าช้า จึงคิดว่า

"เขาทำอะไรอยู่ที่นั่นจนถึงตอนนี้?
การทำแซนด์วิชต้องใช้เวลามากเกินไปหรือเปล่า?"
เธอลุกขึ้นและไปที่ห้องครัวเพื่อดูว่าเกิดอะไรขึ้น
ตอนนั้นเธอรู้สึกโล่งใจจากการปวดหัว

เธอต้องประหลาดใจเมื่อพบว่า Bholu กำลังดิ้นรนที่จะหั่นแตงกวา

นางขอมีดกับแตงกวาว่า "เอามานี่สิ โบลู" ฉันจะรีบหั่นแตงกวาให้คุณ
โบลูตอบว่า "แม่ มีดเล่มนี้ทื่อเกินไป ฉันพยายามหั่นแตงกวามานานแล้ว แต่ก็ทำไม่ได้"
โดยไม่พูดอะไรสักคำ คุณแม่ก็รีบตัดแตงกวาด้วยมีดแบบเดียวกัน Bholu
รู้สึกเขินอายและเริ่มพึมพำ แม่ของเขากล่าวว่า "โภลุ

คนทำงานไม่ดีชอบทะเลาะกับเครื่องมือของเขา"
เนื่องจากคุณไม่สามารถตัดแตงกวาได้ คุณจึงโทษมีด ดูสิ
มีดทำงานได้อย่างสมบูรณ์แบบ" ขณะที่พูดสิ่งนี้ เธอมองไปที่ Bholu
ด้วยสายตาอยากรู้อยากเห็น Bholu เริ่มมองไปด้านข้าง

เขาแอบมีความสุขและไม่สามารถควบคุมความสุขได้ และเริ่มเต้นรำ
เขาคิดว่า "ฉันกำลังคิดที่จะเรียนสำนวนกับแม่ แต่ระหว่างที่เราคุยกัน
แม่ได้อธิบายสำนวนหนึ่งให้ฉันฟัง ตอนนี้มันชัดเจนสำหรับฉัน
ฉันยังไม่ได้บอกเธอเกี่ยวกับเรื่องนี้ เธอเองก็รู้ดี - ว้าว!
แม่ของฉันเป็นอัจฉริยะ ครูของฉันสอนสำนวนเดียวกันในชั้นเรียน"
แม่ของเขารีบทำแซนด์วิชให้ Bholu และเสิร์ฟให้เขา เขาสนุกกับการกินมัน
ในระหว่างนี้เธอก็เตรียมมิลค์เชคให้เขาด้วย เขาจิบมิลค์เชคลงไปจนหมด
จากนั้นพวกเขาก็ออกมาจากห้องครัวและเข้าไปในห้อง
จากนั้นโบลูก็นึกถึงอีกครั้งว่าแม่ของเขามีอาการปวดหัวเมื่อสักครู่ที่แล้ว
เขาถามว่า "แม่ ตอนนี้คุณรู้สึกอย่างไรบ้าง?"
เธอตอบว่า "ดีกว่าเมื่อก่อน" เธอยื่นแก้วเปล่าให้ Bholu แล้วพูดว่า

"ได้โปรด Bholu ไปเก็บมันไว้ในครัว"

Bholu เอื้อมมือออกไปแต่ความสนใจของเขาอยู่ที่อื่น

กระจกก็หล่นลงมากระแทกพื้น Bholu ผงะไป

"ลูกเอ๋ย ทำไมเจ้าไม่ถือแก้วให้ถูกวิธีล่ะ?" แม่ถาม.

โบลูรู้สึกผิดจึงตอบว่า "แม่คะ คุณทำมันหล่นก่อนที่ฉันจะถือมันไว้เสียอีก" เขาพยายามแก้ตัวให้ข้อผิดพลาดของเขา

แม่ของเขาจ้องมองเขาด้วยความโกรธและพูดว่า "โบลู ตอนนี้คำพูด 'หม้อที่เรียกว่ากาต้มน้ำสีดำ' กำลังเป็นจริง คุณจับแก้วไม่ได้ แล้วคุณกำลังบอกว่าฉันทำมันหล่น"

Bholu เริ่มเกาหัว พยายามทำความเข้าใจความหมายของ

"หม้อที่เรียกกาต้มน้ำสีดำ"

แม่ของเขาลุกขึ้นจากเตียงและรวบรวมเศษกระจกที่แตกออกจากพื้น

นิทรรศการวิทยาศาสตร์

ครั้งหนึ่งในโรงเรียนของโบลู จะมีการจัดนิทรรศการวิทยาศาสตร์

ครูวิทยาศาสตร์ประกาศในชั้นเรียนว่า "นักเรียน

แต่ละคนต้องทำแบบจำลองหรือโครงงานวิทยาศาสตร์ โรงเรียนจะจัดนิทรรศการวิทยาศาสตร์หลังจากสี่วัน พวกคุณทุกคนจะต้องนำแบบจำลองการทำงานหรือโครงการมาแสดงให้ฉันดูภายในสองวัน"

โพลเริ่มรู้สึกหนักใจ เขาคิดว่าจะมีปัญหาใหม่ๆ ที่เขาไม่อยากเผชิญอยู่เสมอ แต่เขาก็ยังต้องเผชิญกับสิ่งนั้น เขากำลังคิดว่า "รุ่นนี้ ไม่รู้จะทำไรดี"

เขาขอคำแนะนำจากเพื่อนนักเรียนคนหนึ่ง แต่แม้แต่เด็กอีกคนก็ดูงุนงง

โบลูสังเกตเห็นว่าทั้งชั้นเรียนกำลังยุ่งอยู่กับการอภิปราย และนักเรียนบางคนก็ล้อมรอบครูเพื่อหารือเกี่ยวกับแนวคิดต่างๆ

เมื่อเลิกเรียน โบลูก็กลับมาบ้าน เขาเดินตรงไปหาแม่แล้วพูดว่า "แม่ครับ

แม่ครับ จะมีนิทรรศการวิทยาศาสตร์ในโรงเรียนของเรา"

ครูวิทยาศาสตร์ของเราเล่าให้เราฟัง คุณจะช่วยฉันไหม"

"แน่นอน ฉันจะทำ ก่อนอื่น บอกฉันมาว่าคุณอยากจะทำอะไร"

"ฉันไม่รู้. ขอไอเดียโมเดลการทำงานหน่อยค่ะ นั่นคือสิ่งที่ครูของฉันพูด"

"ใช้ได้. ฉันจะให้หนังสือแก่คุณ อ่านและเลือกสิ่งที่คุณต้องการ"

เมื่อพูดเช่นนี้
คุณแม่ก็เปิดชั้นหนังสือและหยิบหนังสือเกี่ยวกับโครงงานวิทยาศาสตร์ออกมา **Bholu** มีความสุขมากที่ได้รับมัน เขาเริ่มอ่านมันอย่างกระตือรือร้น

เป็นความจริงที่ว่างานยากๆ จะกลายเป็นเรื่องง่ายเมื่อตั้งใจไว้แล้ว

การวางแผน การอุทิศตนอย่างแท้จริง การทำงานหนัก

และความกระตือรือร้นเป็นเครื่องมือที่ช่วยได้
เขาอ่านต่อแต่ดูเหมือนไม่มีอะไรสมเหตุสมผล
โครงการอะไรก็ตามที่เขาอ่านดูเหมือนจะยากเกินไป
เขารู้สึกว่าเขาไม่สามารถสร้างมันขึ้นมาได้ ทันใดนั้น

สายตาของโบลูก็มองไปยังหน้าที่เขาพบคำอธิบายทั้งหมดของลิฟต์
เขาได้พบคำตอบสำหรับคำถามทั้งหมดของเขาแล้ว

Bholu ไปหาแม่ของเขาและบอกเธอว่าเขาจะสร้างแบบจำลองลิฟต์ แม่ของ **Bholu** ซึ่งเป็นวิศวกร รู้สึกยินดีเป็นอย่างยิ่งที่ได้ยินทางเลือกของเขา พวกเขาร่วมกันรวบรวมวัสดุที่จำเป็นทั้งหมดสำหรับโมเดลนี้ ได้แก่

กระดานไม้ขนาดใหญ่ ตะปู ด้าย และมู่เล่ย์บางส่วน

ด้วยความช่วยเหลือของวัสดุเหล่านี้ **Bholu**

และแม่ของเขาได้สร้างแบบจำลองลิฟต์ขึ้นมา
แล้วโบลูก็จำได้ว่าตนเคยได้รับชุดตุ๊กตาเป็นของขวัญวันเกิดครั้งหนึ่ง

"ทำไมไม่เปลี่ยนให้เป็นผู้โดยสารขึ้นลงลิฟต์ล่ะ? ว้าว !

ช่างเป็นความคิดที่ยอดเยี่ยมจริงๆ!"

เมื่อโมเดลลิฟต์พร้อมก็ใช้งานได้จริง เป็นการสาธิตการทำงานของลิฟต์

โบลูมีความสุขมาก
เขาขอบคุณแม่อย่างสุดหัวใจที่คอยช่วยเหลือเขามาโดยตลอด Bholu
เขียนคำอธิบายโดยละเอียดเพื่ออธิบายการทำงานของลิฟต์ของเขา

เมื่อนิทรรศการวิทยาศาสตร์เกิดขึ้น
ฉากนั้นก็น่าทึ่งและมีเอกลักษณ์เฉพาะตัว เด็กๆ

ทุกคนได้นำโปรเจ็กต์/โมเดลต่างๆ นักเรียนคนหนึ่งทำกระดิ่งเพื่อจับขโมย
อีกคนสาธิตกลไกการระเบิดของภูเขาไฟ
หนึ่งในนั้นพูดถึงเรื่องมลภาวะต่อสิ่งแวดล้อม
ในขณะที่อีกคนหนึ่งสร้างโคลนแกะ ยังมีโครงการอื่น ๆ อีกมากมายด้วย

Bholu
ยังนำเสนอโมเดลลิฟต์ของเขาในนิทรรศการในลักษณะที่ดีที่สุดเท่าที่จะเป็นไปได้ เมื่อถึงคราวนำเสนอ

เขาได้อธิบายการทำงานของระบบลิฟต์อย่างละเอียด

นี่เป็นลิฟต์รุ่นจิ๋วที่ใช้เป็นทางเลือกแทนบันไดในอาคาร
ครูและอาจารย์ใหญ่ทุกคนชื่นชมความฉลาดและฝีมือของโบลู

สายรุ้งหลากสีของ Bholu

วันหนึ่ง โภลุผล็อยหลับไปในช่วงบ่าย

เขาไม่รู้ว่าเวลาผ่านไปนานแค่ไหนในขณะที่นอนหลับ
เมื่อตื่นขึ้นดวงอาทิตย์ก็ตกแล้วและค่ำก็มาถึง
ทันทีที่เขาตื่นเขาก็ไปที่สวนครัวของบ้านเขา มีไม้ดอก ไม้ผล

และพืชผักมากมายอยู่ที่นั่น Bholu เคยสนุกกับการใช้เวลาอยู่ในสวน

แต่วันนั้นความเขียวขจีและสีสันดูแตกต่างไปจากปกติเล็กน้อย
ต้นไม้ทั้งหมดดูเหมือนจะยิ้มให้กับโบลู
ใบไม้ของต้นไม้ทั้งหมดก็ดูเป็นประกายและดอกไม้ก็เบ่งบานอย่างเพลิดเพลิน กลีบดอกทานตะวันแกว่งไปมาอย่างแรงราวกับกำลังต้อนรับเขา

"เฮ้ ! วันนี้มีอะไรพิเศษหรือเปล่า?" โบลูคิดกับตัวเอง

ทันใดนั้นดวงตาของ Bholu
ก็ถูกดึงขึ้นไปบนท้องฟ้าโดยไม่มีเหตุผลที่ชัดเจน
"แม่ ! แม่ ! มาเร็ว ๆ นี้. ดูสิ มีสายรุ้งอยู่บนท้องฟ้า แม่มานี่เร็ว!" Bholu
ไม่สามารถมีความสุขได้ เขาไม่เคยเห็นสายรุ้งที่สวยงามเช่นนี้มาก่อน
ความสุขของเขาเห็นได้ชัดเจนในน้ำเสียงของเขา
มารดาของเขาได้ยินเสียงของโภลุจากในบ้านจึงมองหาเขาแล้วจึงออกไปข้างนอก

"เกิดอะไรขึ้นเหรอ โบลู?"

"แม่! มองขึ้นไปบนนั้นสิ สายรุ้ง" Bholu ชี้ไปทางท้องฟ้าอย่างตื่นเต้น

"โอ้ว้าว !" มารดาของเขาก็มองดูท้องฟ้าด้วยความยินดีเช่นกัน

"แม่! มันสวยงามมาก. ทำไมสายรุ้งจึงไม่ปรากฏทุกวัน?"
โบลูถามอย่างไร้เดียงสา

"ลูกเอ๋ย สายรุ้งก่อตัวขึ้นภายใต้สภาวะเฉพาะบางประการหลังฝนหยุดตก
นั่นคือตอนที่มองเห็นได้บนท้องฟ้า มาเถอะ โบลู
มานั่งคุยกันเรื่องนี้กันดีกว่า"
พวกเขานั่งอยู่บนม้านั่งในสวน แม่ของเขาอธิบายว่า

"แสงสีขาวประกอบด้วยเจ็ดสี แม้ว่าในสภาวะปกติ จะปรากฏเป็นสีขาว
แต่ภายใต้สถานการณ์พิเศษ จะแบ่งออกเป็นเจ็ดสี
ซึ่งปรากฏเป็นแถบสีเจ็ดสีในรูปแบบเฉพาะ
มันดูสวยงามจริงๆและเรียกว่าสายรุ้ง
คุณยังสามารถเห็นรูปแบบของสีดังกล่าวได้ในห้องทดลองฟิสิกส์ของคุณด้วยความช่วยเหลือของปริซึม อาจารย์ของคุณสามารถช่วยคุณในเรื่องนี้ได้"

"แม่ครับ ผมไม่เข้าใจ ปริซึมบนท้องฟ้าข้อใดแบ่งแสงออกเป็นเจ็ดสี?"
โบลูถามด้วยความไร้เดียงสาอย่างยิ่ง

"โบลู วันนี้คุณถามคำถามที่ชาญฉลาดมาก ฟังนะ
เมื่อมีฝนตกหนักเป็นเวลานาน ชั้นน้ำจะก่อตัวขึ้นในบรรยากาศ

แม้ว่าฝนจะหยุดตกและมองเห็นดวงอาทิตย์อีกครั้ง แต่ชั้นนี้ก็ยังคงอยู่ระยะหนึ่ง ชั้นนี้ประกอบด้วยหยดน้ำ ทำหน้าที่เป็นปริซึม เมื่อแสงแดดส่องผ่าน มันก็จะหักเหและแบ่งออกเป็นเจ็ดสีตามลำดับ ทำให้เกิดรุ้งกินน้ำที่สวยงามและน่าหลงใหลบนท้องฟ้า"

Bholu พบว่าข้อมูลที่แม่ของเขาให้มานั้นน่าทึ่งมาก ในวันที่อากาศสดใส ขณะกำลังทำการบ้านโดยนั่งอยู่ในลานบ้านโดยมีปากกาเรย์โนลด์สอยู่ในมือ

เขาเห็นรูปแบบสีเจ็ดสีที่คล้ายกันซึ่งมีลักษณะคล้ายกับรุ้งที่เขาเคยเห็นบนท้องฟ้ามาก่อน เขาดีใจและคิด

"ฉันฝันไปเหรอ? สายรุ้งเล็กๆ บนสมุดบันทึกของฉันไม่ใช่เหรอ? อะไรทำให้ที่นี่เกิดขึ้นได้?"

จากนั้นความสนใจของเขาก็เปลี่ยนไปอยู่ที่ปากกาเรย์โนลด์สที่เขาถืออยู่ในมือ

"ตกลง. ตอนนี้ฉันเข้าใจ. ตัวปากกาโปร่งใสของปากกา Reynolds กลายเป็นเหมือนปริซึม
นี่คือจุดที่แสงสีขาวของดวงอาทิตย์ที่ผ่านไปได้แยกออกเป็นเจ็ดสี นั่นเป็นสาเหตุที่ฉันเห็นสายรุ้งเล็กๆ คล้ายลวดลายบนสำเนาของฉัน

ใช่มันเป็นสายรุ้งเล็กน้อย" สายรุ้งเล็กๆ ที่น่ารักของ Bholu เมื่อคิดเช่นนี้ โบลูก็ไม่สามารถควบคุมตัวเองได้ Bholu ยังคงเล่นกับลวดลายสีรุ้งเล็กๆ ของเขาต่อไปและสนุกสนานมาก
จากนั้นเขาก็วิ่งหนีไปเล่าประสบการณ์ทางวิทยาศาสตร์ใหม่ให้แม่ฟัง

คนขายไอศกรีม

มันเป็นฤดูร้อน ภายนอกประตูโรงเรียนของ Bholu

มีแผงขายไอศกรีมยืนรออยู่ทุกวัน โบลูเจอเขาทุกวัน Bholu

รู้สึกเหมือนควักเงินออกจากกระเป๋าแล้วไปซื้อไอศกรีมแก้วโปรดของเขาอย่างรวดเร็ว แต่เขาไม่เคยมีเงินในกระเป๋าของเขา

เด็กหลายคนจากโรงเรียนของ **Bholu** ซื้อไอศกรีมจากผู้ขายทุกวัน **Bholu** ชอบทุกสิ่งนี้ เขาเองก็ชอบไอศกรีมเหมือนกัน

เมื่อเห็นพวกเขาเพลิดเพลินกับไอศกรีมทุกวัน เขาก็ยิ่งรู้สึกเหมือนได้กินไอศกรีมมากขึ้น

วันหนึ่ง เมื่อโบลูเห็นเพื่อนร่วมชั้นกินไอศกรีมที่นั่น เขาก็กลั้นน้ำตาไว้ไม่อยู่ ทันใดนั้นเขาก็ตระหนักว่าเขายากจนกว่าราชิตเสียอีก แม้ว่าในความเป็นจริงมันไม่เป็นความจริง พ่อแม่ของโภลูมีเงินมากมาย พวกเขาอาศัยอยู่ในบ้านหลังใหญ่และมีทุกสิ่งที่คนรวยมี แต่บางครั้ง **Bholu** ก็รู้สึกเหมือนเป็นคนยากจน

"โบลูไม่มีเงินเป็นของตัวเอง เขาสามารถขอเงินจากพ่อแม่ด้วยสาเหตุที่แท้จริง แต่สำหรับไอศกรีมเขาไม่มีเงิน" บางครั้งเขาก็คิด "เด็กๆ เหล่านี้หาเงินมาซื้อของกินที่อยากได้ได้อย่างไร? เขาไม่เคยได้รับคำตอบสำหรับคำถามนี้

วันหนึ่ง **Bholu** พยายามคุยกับ **Shivansh** เพื่อนร่วมชั้นคนหนึ่งของเขา เขาเล่าสิ่งที่รบกวนจิตใจเขาให้ฟัง **Shivansh**

บอกเขาว่าเขามีเงินของตัวเองเรียกว่าเงินค่าขนม โบลูไม่รู้ความหมายของเงินค่าขนมด้วยซ้ำ เขาคิดว่าเงินในกระเป๋าหมายถึงเงินที่เก็บไว้ในกระเป๋า แต่ศิวันช์บอกเขาว่าเขาได้รับเงินจากพ่อเป็นประจำ นั่นก็คือเงินค่าขนม

Bholu รู้สึกอิจฉา **Shivansh** เล็กน้อย

วันนั้นพอลูเห็นราชิตกินไอศกรีมก็รู้สึกอยากกินไอศกรีมด้วย ทันใดนั้น ก็มีความคิดหนึ่งเข้ามาในใจของโบลู และเขาก็เริ่มยิ้ม

เขาตัดสินใจว่าไม่ว่าอะไรจะเกิดขึ้น เขาจะเพลิดเพลินไปกับรสชาติของไอศกรีม จากผู้ขายไอศกรีมรายเดิมที่ยืนประจำอยู่หน้าประตูโรงเรียน

วันรุ่งขึ้น เมื่อโรงเรียนเลิก โบลูไปที่ร้านไอศกรีมด้วยความภาคภูมิใจ

และหยิบเหรียญยี่สิบรูปีออกมาจากกระเป๋าของเขา
เขาเดินตรงไปยังคนขายไอศกรีมแล้วพูดว่า "พี่ชาย
ขอไอศกรีมให้ฉันหน่อย"

"คุณอยากได้รสชาติไหนครับ?" เจ้าของร้านถามพลางมองไปที่โภลุ

"ร้านแมงโก้บาร์นั่นเหรอ?" Bholu ชี้นิ้วไปที่รูปภาพบนแผงลอย
คนขายไอศกรีมมอบ Mango Bar ให้เขา Bholu
เพลิดเพลินกับไอศกรีมของเขาอย่างมีความสุข หลังจากนั้น
โบลูก็หยิบผ้าเช็ดหน้าออกมาจากกระเป๋าเสื้อ เช็ดปากและมืออย่างสบายๆ
แล้วขึ้นรถโรงเรียนอย่างสบายๆ

Bholu
นั่งอยู่ในรถบัสรู้สึกถึงรสชาติและความสุขของไอศกรีมรสอร่อยอยู่พักหนึ่ง
หลังจากนั้นไม่นาน ความสุขก็หายไป และความรู้สึกผิดก็เริ่มเกิดขึ้น

เขาเริ่มคิดว่าเนื่องจากความดื้อรั้นของเขา
เขาจึงทำความปรารถนาที่จะกินไอศกรีมให้เป็นจริงตามที่เขาปรารถนา
แต่เขาต้องขโมยเงินจากกระเป๋าเงินของแม่เพื่อจะทำสิ่งนั้น
และนั่นทำให้เขาเสียใจ

"ฉันหวังว่าจะได้กินไอศกรีมโดยไม่ขโมยจากกระเป๋าแม่"
ใช่นั่นคงจะถูกต้อง วันนี้ฉันทำผิดเป็นครั้งแรก นั่นคือเหตุผลที่ฉันรู้สึกไม่ดี
การขโมยไม่ใช่เรื่องดี ครูของฉันบอกฉันแล้ว

ถึงอย่างนั้นฉันก็ขโมยเงินจำนวนยี่สิบรูปีไป ฉันคงไม่ได้ทำแบบนั้นหรอก"
โภลุยังคงอยู่ในความรู้สึกผิดนั้นเป็นเวลานาน

ตอนนี้ Bholu รู้สึกสำนึกผิดอย่างแท้จริงต่อการกระทำผิดของเขา
เขาตั้งปณิธานไว้ว่าในอนาคต
เขาจะไม่มีวันทำกิจกรรมที่ผิดเช่นนี้สำหรับสิ่งที่เขาจะเสียใจในภายหลัง
หากเขาอยากกินไอศกรีม
เขาจะพยายามโน้มน้าวพ่อและแม่ด้วยการยืนกรานด้วยตัวเอง
ทันทีที่โบลูตั้งปณิธานนี้ เขาก็รู้สึกถึงความสงบภายในอันลึกซึ้ง

รถบัสจอดใกล้บ้านของเขา **Bholu**
ลงจากรถและมุ่งหน้าไปยังบ้านของเขาด้วยปณิธานอีกอย่างหนึ่ง คือบอกแม่ของเขาเกี่ยวกับเงิน 20 รูปีที่ถูกขโมยไปจากกระเป๋าเงินของเธอ และขอให้ยกโทษให้เขา **Bholu** มีความสุขมากกับการตัดสินใจของเขา

ของขวัญวันเกิดพิเศษของ **Bholu**

โบลูขโมยเงินไปยี่สิบรูปีจากกระเป๋าเงินของแม่ ด้วยวิธีนี้
เขาได้สนองความปรารถนาอันแรงกล้าที่จะกินไอศกรีม ว่ากันว่าผู้ที่หลงทางในตอนเช้าจะเรียกว่าเป็นผู้แพ้ไม่ได้หากเขาหาทางกลับบ้านในตอนเย็นได้ โบลูก็รู้สึกเสียใจเช่นกันหลังจากขโมยเงินไปยี่สิบรูปี
เขาตั้งใจว่าจะไม่ขโมยอีกในอนาคต
เขาไม่กลัวเกินไปว่าแม่จะดุเขาถ้าเธอรู้เกี่ยวกับจำนวนเงินที่หายไป
เขาตัดสินใจยอมรับความผิดพลาดและขอโทษแม่โดยไม่ต้องกังวลว่าเขาจะโดนลงโทษอะไร ในทางกลับกัน แม่ของ **Bholu**
ไม่ค่อยสนใจเรื่องนี้ที่บ้านมากนัก
เย็นวันนั้นเมื่อเธอต้องการเงินทอนจากกระเป๋าเงินของเธอ
เธอรู้สึกว่าต้องมีเหรียญอยู่จำนวนหนึ่งอยู่ที่นั่น
เธอมีความคิดอยู่ในใจว่าทำไมไม่ลองถามโบลูว่าเขาเอาเงินไปบ้างหรือเปล่า
Bholu กำลังคิดที่จะบอกทุกอย่างกับแม่ของเขาอยู่แล้ว

เขาทำโดยไม่เสียเวลา
เขายอมรับความผิดพลาดและบอกเธอว่าเขาเอาเงินยี่สิบรูปีจากกระเป๋าของเธอไปซื้อไอศกรีม แม่ของโภลูไม่ได้ดุเขา แต่เธอก็ตกใจอยู่พักหนึ่ง
"โอ้ที่รักของฉัน ! คุณต้องบอกฉันเกี่ยวกับความปรารถนาของคุณ"
เธอพูด. ถึงกระนั้น
เธอก็ยังพอใจที่ลูกชายของเธอขอโทษสำหรับความผิดพลาดของเขา
เธอพูดกับโบลูว่า "โบลู
อย่ากลัวที่จะบอกฉันว่าในอนาคตคุณต้องการอะไรก็ตาม
หากคุณต้องการมันจริงๆ หรือต้องการที่จะมี

คุณสามารถชักชวนให้ฉันเห็นด้วยก็ได้"

หลังจากนั้นแม่ของ Bholu พร้อมด้วย Bholu ก็เตรียมไอศกรีมที่บ้าน พวกเขาได้ทานอาหารร่วมกัน

อย่างไรก็ตาม นี่ไม่ใช่เรื่องเล็กๆ สำหรับแม่ของ Bholu เธอไม่สามารถลืมมันได้ง่ายๆ และเธอก็ไม่อยากลืมมันด้วย โบลูเป็นลูกชายคนเดียวของเธอ เธอไม่ต้องการทิ้งข้อบกพร่องใด ๆ ไว้ในการเลี้ยงดูของเขา เช่นเดียวกับพ่อแม่คนอื่นๆ เธอไม่อยากให้ Bholu ของเธอกลายเป็นหัวขโมย เธอตัวสั่นเมื่อนึกถึงสิ่งนี้

ต้นตอของการกระทำผิดใดๆ ก็ตามจะเกิดขึ้นเมื่อถูกละเลยตั้งแต่ต้น โดยเฉพาะอย่างยิ่งเมื่อไม่มีใครสังเกตเห็น

ตอนนั้นเองที่เธอตัดสินใจพูดคุยกับพ่อของ Bholu เกี่ยวกับเรื่องนี้

ไม่กี่วันต่อมา วันเกิดของโภลูก็ใกล้เข้ามา พ่อและแม่ของ Bholu วางแผนที่จะมอบของขวัญเซอร์ไพรส์ให้เขา พวกเขารู้ว่า Bholu ลูกชายของพวกเขาค่อนข้างซนแต่ก็ฉลาดด้วย เขาก็เชื่อฟังเช่นกัน เมื่อเขาบอกถึงข้อดีข้อเสียของสิ่งใดๆ เขาก็สามารถที่จะเข้าใจสิ่งต่าง ๆ ได้อย่างที่เป็นอยู่ พวกเขาตัดสินใจมอบ Pocket Money ให้กับ Bholu เป็นของขวัญในวันเกิดของเขา พวกเขาบอกเขาว่า "โบลู จากนี้ไป คุณจะได้รับเงินค่าขนมเล็กๆ น้อยๆ ทุกเดือน ซึ่งคุณสามารถใช้จ่ายอย่างชาญฉลาดหรือเรียนรู้ที่จะเก็บออม" Bholu ชอบของขวัญเซอร์ไพรส์พิเศษสำหรับวันเกิดของเขามาก

โบลูสัมผัสเท้าพ่อและแม่และรับพร

เขายังขอบคุณพวกเขาสำหรับของขวัญวันเกิดสุดพิเศษนี้ด้วย หลังจากนั้น Bholu ตัดสินใจที่จะเป็นเด็กที่มีความรับผิดชอบและมีเหตุผล

ไม่ว่าเขาได้รับเงินค่าขนมอะไรก็ตาม

เขาก็นำเงินส่วนใหญ่ไปใส่ไว้ในกระปุกออมสิน

เมื่อใดก็ตามที่เขาต้องการอะไร มันก็จะทำในลักษณะที่ชาญฉลาด

วันหนึ่งเมื่อเขาเปิดกระปุกออมสิน
เขาต้องประหลาดใจที่เห็นเงินก้อนโตที่เขาเก็บได้ขนาดนี้
เขาค่อนข้างมีความสุข เขาบอกแม่เกี่ยวกับเรื่องนี้และถามว่า

"ฉันสามารถใช้เงินออมของฉันได้ไหม?"

แม่ของเขาอนุญาตให้เขาใช้เงิน
จากนั้นเขาก็ไปตลาดเพื่อซื้อชุดลำโพงใหม่สำหรับคอมพิวเตอร์ของเขา

ศิวลิก

ตุ๊กตาและตุ๊กตาหมี

บนถนน **Nanhe Gaon** ถึง

Kalpanagar มีบ้านหลังใหญ่มาก

ความยิ่งใหญ่ของอาคารปรากฏชัด

ตั้งแต่แรกเห็น ถนน **Nanhe Gaon**

เป็นถนนสายหลักที่ค่อนข้างพลุกพล่าน
หากคุณเคยไปที่นั่น

แสงดาวของอาคารอันงดงามแห่งนี้จะดึงดูดความสนใจของคุณจากถนน
คุณอาจรู้สึกว่าดิวาลีกำลังใกล้เข้ามา
ภายในอาคารอันงดงามแห่งนี้มีครอบครัวสุขสันต์สี่คนอาศัยอยู่
ผู้คนที่อาศัยอยู่ที่นั่น ได้แก่ ศิวาลิก น้องสาวของเขา รัศมีมี

แม่และพ่อของเขา ศิวลิกเป็นเด็กชายตัวเล็ก ๆ อายุประมาณหกขวบ รัศมี

น้องสาวของศิวาลิก อายุประมาณ **3** ขวบ พ่อกับแม่อายุสามสิบแล้ว

ชิวาลิกและรัศมีเป็นพี่น้องกัน ชิวาลิกไปโรงเรียน ส่วนรัศมีมี

เนื่องจากอายุน้อยกว่าจึงอยู่บ้าน เธอมีการศึกษาขั้นต้นที่บ้านด้วย

พี่น้องทั้งสองค่อนข้างฉลาดและมีชีวิตชีวา
ชิวลิกแบ่งปันสิ่งที่น่าสนใจทั้งหมดที่เขาเรียนรู้ที่โรงเรียนกับทุกคนที่บ้าน
แม่ก็ฟัง รัชมีก็ฟังเช่นกัน แม่สอนรัศมีนิดหน่อย **Rashmi**

ได้เรียนรู้บทกวีเล็กๆ มากมายแล้ว

และใช้เวลาทั้งวันท่องจำบทกวีที่เดินไปรอบๆ บ้าน

เธอยังสนุกกับการสร้างสรรค์และทำสิ่งต่าง ๆ

บนกระดาษด้วยดินสอสีสันสดใส การวาดเส้นทำให้กระดาษเลอะเทอะ

เธอชอบกิจกรรมที่เต็มไปด้วยความป่วนและความบันเทิงมากเช่นกัน

เด็กทั้งสองคนเล่นด้วยกันบ่อยมาก

โอ้ใช่ ฉันยังไม่ได้แนะนำให้คุณรู้จักกับตุ๊กตาในพิพิธภัณฑ์ตุ๊กตาเลย

เรามาเริ่มต้นจากภายนอกเข้าสู่

ในบ้านมีหลายห้องและมีสนามหญ้าขนาดใหญ่

มีต้นไม้มากมายในสนามหญ้า

ภายในบ้านมีห้องรับแขกขนาดใหญ่พร้อมเฟอร์นิเจอร์ ทีวี และตู้เสื้อผ้า 2 ตู้

พวกเขามีประตูกระจกหรือเรียกว่าตู้โชว์ก็ได้

ฉันเรียกพวกเขาว่าพิพิธภัณฑ์ตุ๊กตา และทำไมฉันถึงทำเช่นนั้น?

มีของเล่นและของตกแต่งมากมายที่นี่

มีรถยนต์ขนาดเล็กตั้งแต่รุ่นเก่าจนถึงสมัยใหม่ มีทั้งของเล่นช้าง ม้า ทหาร

และแม้กระทั่งหุ่นยนต์ นอกจากนี้

ยังมีตุ๊กตาหมีแสนสวยภาณุและตุ๊กตาซาร่าแสนน่ารักอีกด้วย

เมื่อใครก็ตามเข้ามาในห้อง ตุ๊กตาหมี จะยิ้มและต้อนรับทุกคน

ตุ๊กตานอนหลับตลอดเวลาและไม่ค่อยลืมตา

ทั้งตุ๊กตาหมีและตุ๊กตาในตู้โชว์ต่างอยู่บนผนังหันหน้าเข้าหากัน

นั่นเป็นสาเหตุที่ตุ๊กตาหมีมักจะมองตุ๊กตาและรอให้เธอตื่นอยู่เสมอ ด้วยวิธีนี้

เขาจึงหลงรักตุ๊กตาตัวนี้ และเริ่มมองว่าเธอเป็นตุ๊กตาของเขาเอง

บางครั้งเมื่อ **Rashmi** หยิบตุ๊กตาของเธอออกจากตู้ไปเล่นกับเธอ

ตุ๊กตาหมีก็ชอบมันมาก

วันนี้ภาณุเสียใจมาก เมื่อภาณุตื่นขึ้น ซาร่ายังคงหลับอยู่ "ไม่เป็นไรเหรอ? นอนทั้งวันเหมือนไม่มีงานทำ ทำไมเธอไม่ตื่นตรงเวลาเหมือนฉัน?

แม้ว่าเธอจะตื่นขึ้นมาเธอก็งีบหลับหรือมองไปรอบๆ ที่นี่และที่นั่น

บางครั้งเธอก็เห็นฉันโดยไม่ได้ตั้งใจ และฉัน ?

ฉันใช้เวลาทั้งวันเพื่อจ้องมองเธอ" ภาณุนั่งคิดอยู่เสมอ

"แล้วฉันจะทำอะไรได้ล่ะ? เมื่อไม่มีงานอื่นให้ฉันทำ

และเธอก็แต่งตัวอยู่ในตู้หน้า แล้วฉันจะหลับตาลงได้ยังไง
ในเมื่อเธออยู่ตรงหน้าฉัน?
พูดตามตรงเกินไปฉันรู้สึกอยากเล่นกับตุ๊กตาตัวนี้
เธอดูเหมือนตุ๊กตาของฉันเอง ใครสามารถบอกฉันได้ว่าต้องทำอย่างไร"
ภาณุกำลังครุ่นคิด
สัตว์ร้ายภาณุผู้ตกเป็นเหยื่อของโชคชะตาทำอะไรไม่ได้เลย
วันหนึ่ง ภาณุได้ยินศิวลิกอ่านว่า "จงทำหน้าที่ของตน อย่าปรารถนาผล"
นี่ทำให้เขาคิดว่าแค่นั่งคิดจะมีประโยชน์อะไร?
จำเป็นต้องมีการเคลื่อนไหวบางอย่าง ดังนั้น เขาจึงพยายามขยับตัวเล็กน้อย
และในความพยายามนี้ เขาบังเอิญทำให้ของเล่นที่อยู่ใกล้เคียงล้มลง
หุ่นยนต์จ้องมองเขา และรถก็เริ่มส่งเสียงดัง พยายามทำให้เขากลัว
จากนั้นเขาก็นั่งลงอย่างเงียบ ๆ อย่างสงบอย่างสมบูรณ์
จากนั้นเขาก็เริ่มนึกถึง
เขานึกถึงวันที่ศิวลิกไปเยี่ยมชมโชว์รูมใหญ่แห่งหนึ่งซึ่งภาณุเคยพักมาก่อน
เห็นเขาแล้วเขาตื่นเต้นขนาดไหน?
จากนั้นเขาก็ยืนกรานที่จะซื้อตุ๊กตาหมีซึ่งก็คือฉัน
เขานั่งร้องไห้อยู่บนพื้นโชว์รูมนั้น
ในวันนั้นภาณุได้ตระหนักถึงความงามของตนเป็นครั้งแรก
"และทำไมไม่? เด็กฉลาดอย่างศิวลิกไม่เพียงแค่ตื่นเต้นโดยไม่มีเหตุผล
มันต้องมีอะไรพิเศษเกี่ยวกับฉันแน่ๆ" เมื่อคิดเช่นนี้
ภาณุก็รู้สึกภาคภูมิใจและพยายามขยับตัวและพยายามตกไปบนตักของศิว
ลิก ก่อนจะทำอย่างนั้น มีมือมาทางภาณุเพื่อพยุงเขาให้ลุกขึ้น
บางทีอาจจะเป็นมือของเจ้าของร้านก็ได้ ผ่านไปสักพักก็ไม่เห็นอะไรเลย
บางทีเขาอาจจะเต็มแล้ว ถึงจุดหนึ่งเขารู้สึกกลัว เขาคิดว่าเขาตายแล้ว
เขาได้ยินมาว่าเมื่อคนตายโลกก็มาถึงจุดสิ้นสุด
เขายังรู้ด้วยว่าทุกคนต้องตายครั้งเดียวในชีวิต
ถึงกระนั้นเขาก็หลับตาและอธิษฐานต่อพระเจ้าขอให้เรื่องนี้ไม่เป็นความจริง
เมื่อเขาลืมตาขึ้น เขาก็พบว่าตัวเองอยู่ในบ้านใหม่

มันเหมือนวันใหม่สำหรับเขา

"โอ้ นี่มันอะไรกัน? นี่เป็นสถานที่ใหม่ที่ฉันมาเหรอ?"

เขาตั้งคำถามกับตัวเองเมื่อเห็นศิวลิกยืนอยู่ตรงหน้าเขา
สักพักก็รู้ว่านั่นเป็นบ้านของคนพวกนี้
"พระผู้เป็นเจ้าทรงได้ยินคำอธิษฐานของฉัน ฉันจะอยู่ที่นี่กับเด็ก ๆ

ที่น่ารักเหล่านี้ นั่นเป็นเพียงร้านค้า ไม่ใช่บ้าน

มันก็ค่อนข้างแออัดเหมือนกัน"
แม่ของศิวลิกซื้อเขามาจากเจ้าของร้านให้ศิวลิก เมื่อคิดเช่นนี้

ภาณุก็เริ่มประหลาดใจกับตัวเอง

จมูกยาวของภาณุ

"วันนี้ในบ้านคึกคักกันตั้งแต่เช้า เกิดอะไรขึ้น?

มีบรรยากาศแห่งความรื่นเริงทุกที่
ฉันรู้สึกอยากจะรู้อย่างรวดเร็วว่าเกิดอะไรขึ้น"
ภาณุนั่งอยู่หน้าตู้โชว์ของซาร่า จมอยู่กับความคิด

แล้วตุ๊กตาหมีอ้วนท้วนนั่นจะทำอะไรได้อีกล่ะ?
ดูเหมือนว่าการคิดมากเกินไปจะกลายเป็นนิสัยของเขา

ข้างๆ มีหุ่นยนต์ตัวหนึ่ง

ภาณุบางครั้งรู้สึกว่าเขาเริ่มคิดเหมือนจิตใจหุ่นยนต์เมื่ออยู่ร่วมกับหุ่นยนต์ตัวนั้น เขาจำวันที่ชิวลิกพาเขามาที่บ้านหลังนี้ในกล่องปิดได้

ตอนนั้นเขาไม่ใช่คนคิดลึก

แม้ว่าเขาจะไม่ชอบคิดมากและไม่เกี่ยวกับสิ่งที่ไม่จำเป็นเลยก็ตาม
เขาชอบเล่นและพูดคุย

ตอนนี้ปัญหาทั้งสองนี้เข้ามาในชีวิตของเขาอย่างช้าๆ แน่นอน !

เล่นกับใครและพูดคุย...? ของเล่นทั้งหมดนี้ค่อนข้างหยิ่ง

หุ่นยนต์ตัวนี้ใครจะรู้ว่ามันคิดอย่างไร? ทหารคนนี้และรถคันเล็ก ๆ เหล่านี้ ! พวกเขาทั้งหมดคิดว่าตัวเองมีจริง

พวกเขาคิดราวกับว่าหุ่นยนต์กำลังทำงานจริง ทหาร การต่อสู้จริง

และรถที่วิ่งอยู่บนถนนจริง บางครั้งเวลาพูดก็มีกลิ่นเหม็น

หัศนคติที่ถ่อมตัวของพวกเขามีกลิ่นของความเย่อหยิ่ง

และภาณุผู้น่าสงสาร...! เขาเป็นเห็ดดี้ที่ไร้เดียงสา ราวกับตุ๊กตาไร้เดียงสา ไม่หลอกลวง ไม่อวดตัวเป็นพิเศษ และเขารู้ว่าเขาไม่น้อยไปกว่าใครเลย

นั่นเป็นเหตุผลว่าทำไมเขาถึงพยายามลืมพฤติกรรมแย่ๆ ของใครก็ตาม

ภายในระยะเวลาอันสั้น ทำไมต้องจำ? ดูเหมือนว่าจะค่อนข้างน่าเบื่อ

ท้ายที่สุดแล้ว สิ่งเดียวที่เขาสนับสนุนคือซาร่า เขายังคงมองดูเธอ

ตรงหน้าเขา มีตุ๊กตาน่ารักตัวหนึ่งนั่งอยู่ในตู้กระจกนี้

บางทีก็ดูเหมือนเธอกำลังหลับอยู่ และบางครั้งเธอก็ดูเหมือนกำลังยิ้มอยู่

บางครั้งภาณุก็สับสนและรู้สึกเหมือนหน้าแดงเมื่อมองเขาครั้งแล้วครั้งเล่า

บางครั้งภาณุก็รู้สึกเหมือนกำลังตกหลุมรักซาร่า

จากนั้นเขาก็สงสัยว่าซาร่ายังรักเขาตอบหรือไม่ มันคุ้มค่าที่จะคิดด้วยเหรอ? เป็นความจริงที่ค่อนข้างง่ายที่เมื่อพวกเขาอยู่ด้วยกันทั้งวันก็จะต้องมีความรั กระหว่างพวกเขา

และต้องมีใครสักคนคลั่งไคล้ถ้าหลังจากใช้เวลาทั้งวันกับใครสักคนแล้ว คุณไม่รู้สึกรักผู้ชายคนนั้นเลย

เป็นการยากมากที่จะนิยามความรักหรืออธิบายเกี่ยวกับความรัก แค่คิดเรื่องพวกนี้ก็ดูเหมือนไม่มีคำตอบที่ถูกต้อง

ตอนนี้ภานุเริ่มรอและสวดภาวนาว่า "โอ้ ซาร่า ! คุณจะตื่นเร็ว ๆ นี้

เพื่อที่เราจะได้เล่นด้วยกัน"

ในที่สุดเธอก็ตื่นขึ้นมา การตื่นสายในตอนเช้าเป็นนิสัยของเธอ

เธอเป็นตุ๊กตา เธอคงเหนื่อยกับการนั่งทั้งวัน ตรงกันข้าม

ภาณุเป็นคนค่อนข้างกระตือรือร้น เขาอาจจะอ้วนนิดหน่อย

แต่เขาขยับตัวเล็กน้อยและพยายามรับรู้ถึงแรงสั่นสะเทือนรอบๆ เพื่อดูว่าเกิดอะไรขึ้นในบริเวณใกล้เคียง ใครกำลังเข้าบ้าน?

ในครัวกำลังปรุงอะไรอยู่? และอีกมากมาย เมื่อเช้านี้เขาได้ยินมาว่าเด็กๆ

มีความสุขมากที่ได้ไปโรงเรียน **Rashmi**

ยังไปโรงเรียนของพี่ชายกับแม่ของเธอด้วย ตอนนี้ก็เที่ยงแล้ว

กลิ่นอาหารอร่อยๆ กำลังรดปากของเขา

ภาณุคิดว่าถ้าเป็นมนุษย์ก็จะได้เพลิดเพลินกับอาหารที่หลากหลายเช่นกัน แต่ของเล่นก็เป็นแค่ของเล่น พวกเขาไม่สามารถลิ้มรสอาหารอร่อยได้

พวกเขาสามารถรู้สึกได้เท่านั้น พวกเขายังรู้สึกดีเมื่อเห็นเด็กๆ

เพลิดเพลินกับการกินอาหารอร่อยๆ

"ซาร่า! ซาร่า! ฟังฉัน !" ภาณุกำลังบ่น

เสียงนั้นไม่ดังเกินกว่าจะเข้าถึงเธอได้แม้ว่าเขาจะรู้สึกเหมือนเธอได้ยินเสียงของเขาก็ตาม ซาร่ามองไปทางเขาและยิ้ม

"ซาร่า! ซาร่า ! ฟัง. รู้ไหมว่าทำไมวันนี้ที่บ้านถึงตื่นเต้นมาก? ดูสิ

มีอาหารอร่อยๆ กำลังปรุงอยู่ในครัว คุณอยากลองชิมสิ่งเหล่านี้ไหม?"

ภาณุอยากได้ยินอะไรบางอย่างจากเธอ

ซาร่าตอบมั้ย? เธอยังเป็นเพียงตุ๊กตา ตุ๊กตาตัวน้อยแสนสวย

เธอไม่ได้ตอบว่าใช่หรือไม่ใช่ ค่อยๆ หันหน้าไปทางอื่นแล้วมองไปทางอื่น ภานุรู้สึกเหมือนกำลังพูดว่า "ไปกินข้าวเถอะ" ฉันจะไม่กิน "

งานวันเกิดของรัชมี

ห้าโมงเย็น ความวุ่นวายในบ้านเริ่มขึ้นแล้ว จริงๆ

แล้วคุณแม่ได้เตรียมการฉลองวันเกิดของรัศมีมีมากมายในระหว่างวัน วันเกิดของรัศมีมีตรงกับเดือนมิถุนายน เนื่องจากช่วงนี้อากาศร้อน

คุณแม่จึงวางแผนจัดปาร์ตี้บนสนามหญ้าโล่งๆ ที่บ้าน
ทำไมต้องใช้เครื่องปรับอากาศเสมอถ้าเรามีอากาศที่เปิดโล่งและเป็นธรรมชาติอยู่รอบตัวเรา และแผนก็ได้ผล
สนามหญ้าทั้งหมดประดับประดาไปด้วยแสงไฟหลากสีสัน สายรุ้ง และลูกโป่ง ด้านบนมีแสงจันทร์สีขาวอยู่บนท้องฟ้า
อีกด้านหนึ่งมีหญ้าเขียวขจีอยู่บนพื้น
รอบสนามหญ้ามีต้นไม้ประดับด้วยดอกไม้และแม้กระทั่งพวกมันยังประดับด้วยไฟประดับอีกด้วย มีการจัดเวทีขึ้นที่นั่น
ด้านหนึ่งของสนามหญ้ามีการจัดโต๊ะสำหรับมื้อเย็น
ที่นั่งสำหรับแขกก็ถูกวางไว้ที่นั่นและทุกอย่างก็ตกแต่งอย่างสวยงาม
ขณะนั้นเป็นเวลาเกือบหกโมงเย็น การมาถึงของแขกก็เริ่มขึ้น
ในวัฒนธรรมอินเดียของเรา มีข้อกำหนดให้เฉลิมฉลองวันเกิดด้วยการบูชา การสวดมนต์ และพิธีกรรม เช่น ฮาวันและยัชนา อย่างไรก็ตาม
เพื่อความสุขของเด็กเล็ก
บางครั้งชาวอินเดียนแดงก็ปรับเปลี่ยนรูปแบบการเฉลิมฉลอง ในเรื่องนี้
พวกเขาแนะนำความรู้สึกของภราดรภาพทั่วโลกในทุกกิจกรรมของพวกเขา จะวิเศษเพียงใดหากทุกประเทศในโลก
โดยไม่คำนึงถึงวรรณะหรือศาสนาใดๆ
ยอมรับด้านบวกของกันและกันด้วยใจที่เปิดกว้าง
และไม่เคยลังเลที่จะละทิ้งแง่มุมเชิงลบ ไม่ว่าจะเป็นเรื่องส่วนตัวหรืออย่างอื่น
พูดตามตรง การเปิดรับการเปลี่ยนแปลงเป็นกฎแห่งธรรมชาติ
เมื่อใดและเท่าใดนั้นขึ้นอยู่กับดุลยพินิจส่วนบุคคลของแต่ละบุคคล
คนในบ้านก็เคลื่อนไหวไปมา ชิวาลิกไปที่บ้านของราหุลเพื่อนของเขา
และพาเขาไปด้วยและเรียกเด็กคนอื่นๆ ทุกคนในละแวกนั้น เด็กๆ
ทุกคนก็เตรียมตัวกันเรียบร้อยแล้ว
พวกเขาเข้าร่วมกับชิวาลิกและราหุลอย่างรวดเร็ว พิ้งกี้ ราดา และภาวนา มาแล้ว โกลูก็อยู่ที่นั่นด้วย

บ้านลุงศิวลิกก็อยู่ในเมืองเดียวกันแต่ไกล ก็มีให้เห็นมาร่วมพิธีด้วย

Rashmi สวมชุดสีชมพูสวย ๆ ขอบจีบสีขาว รองเท้า ถุงเท้า

และหมวกที่เข้ากัน เธอดูสวยงามมาก ราวกับนางฟ้าจากฟากฟ้า

เอาล่ะ แขกทุกคนมาถึงแล้ว

พ่อและแม่ของรัศมีให้การต้อนรับแขกอย่างอบอุ่น
พวกเขาเริ่มเสิร์ฟเครื่องดื่มให้กับทุกคน
ทันใดนั้นผู้ประกาศข่าวก็ประกาศให้ทุกคนได้ยิน ผู้ชมมารวมตัวกันใกล้เวที
มีเกมต่าง ๆ ให้เล่นที่นั่น เกมบางเกมสำหรับเด็กเล็ก

บางเกมสำหรับเกมที่ใหญ่กว่าและทั้งหมด ผู้โชคดียังได้รางวัลอีกด้วย

มีดนตรีและการเต้นรำด้วย พิธีกรเชิญทุกท่านร่วมพิธีตัดเค้ก นางฟ้าตัวน้อย
Rashmi ตัดเค้กผลไม้ที่ตกแต่งด้วยเทียน คุณพ่อ คุณแม่

และแขกทุกคนร่วมกันมอบดอกไม้ให้กับวันเกิดลูกน้อย เด็กๆ

ปรบมืออย่างเต็มที่ พิธีตัดเค้กจึงสำเร็จไปด้วยดี

จากนั้นเชิญแขกทุกท่านร่วมรับประทานอาหารค่ำอย่างจริงใจ
ทุกคนมีช่วงเวลาที่ดี ขณะกำลังอวยพรเด็กๆ

พวกเขาก็กล่าวคำอำลากับแม่และพ่อของชิวาลิกและราชมี
ผู้ปกครองยังกล่าวอำลาทุกคนด้วยความเคารพพร้อมมอบของขวัญตอบแท
นให้กับพวกเขา

มาดูกันว่ามีอะไรเกิดขึ้นภายในห้องบ้าง ตุ๊กตาที่รักของเรา **Bhanu** และ

Sara ไม่สามารถร่วมฉลองวันเกิดแบบสดๆ ในสนามหญ้าได้ อย่างไรก็ตาม
พวกเขากำลังเพลิดเพลินกับเสียงเพลงและเพลงจากภายใน
ตอนนี้พวกเขากำลังรอคอยการมาถึงของสมาชิกในครอบครัวที่รักเพื่อมาร่
วมกับพวกเขาอีกครั้ง

และตอนนี้ ช่วงเวลาแห่งการรอคอยของพวกเขาได้สิ้นสุดลงแล้ว

เวลาเก้าโมงกลางคืน หลังจากกล่าวอำลาแขกแล้ว

พ่อกับแม่ก็จัดการงานบ้าน ชิวาลิกและราชมีกำลังนั่งดูของขวัญที่เพื่อนๆ
นำมา

แล้วภาณุ...? เขากำลังทำอะไร? ดูเหมือนว่าเขากำลังทำท่าทางหาซาร่าราวกับถามเธอว่าเธอต้องการของขวัญอะไรจากเขา

วันหยุดฤดูร้อน
วันนี้เป็นวันที่ห้าของเดือนมิถุนายน มีการเฉลิมฉลองเป็นวันสิ่งแวดล้อมโลกตอนเช้าก็ดูสวยงามมาก เมื่อวานเป็นวันเกิดของรัศมี

สมาชิกในครอบครัวทุกคนเหนื่อยและนอนดึกเมื่อคืนนี้
ศิวลิกไม่ได้นอนจนดึกมาก จนถึงเช้าเขาก็ตื่น

เขานอนไม่หลับเพราะรู้สึกมีความสุขสุดๆ
สิ่งหนึ่งที่ดีเกี่ยวกับเด็กเล็กก็คือพวกเขามีความกระตือรือร้นในชีวิต
พวกเขามีความสุขเพียงเพราะพวกเขา
พวกเขาไม่จำเป็นต้องมีเหตุผลเฉพาะเจาะจงเพื่อที่จะค้นพบความสุข
ความสุขเป็นส่วนสำคัญของธรรมชาติและบุคลิกภาพของพวกเขา
ในความเป็นจริง
พวกเราที่เรียกว่าผู้ใหญ่สามารถเรียนรู้ได้มากมายจากพวกเขา
ถ้าอัตตาของเราไม่เสียหาย
เมื่อนั้นโลกทั้งโลกก็จะกลายเป็นจุดปิกนิกอันแสนสุขในการอยู่อาศัย
ศิวลิกตื่นนอนตอนหกโมงเช้า
เมื่อแม่เห็นเขาก็ค่อนข้างแปลกใจและเริ่มถามว่า "ธรุณ !
คุณตื่นเช้าขนาดนี้เลยเหรอ? เกิดอะไรขึ้น?" ตรุณเป็นชื่อเล่นของศิวลิก
"แม่! คุณมักจะบอกว่าเด็กๆ ทุกคนควรตื่นแต่เช้า"
ศิวลิกกล่าวอย่างไร้เดียงสา
"แม่! เช้านี้ฉันจะไปเล่นกับเพื่อนที่สวนสาธารณะใกล้ๆ"
เขาพูดอย่างกระตือรือร้นและมองไปทางแม่ของเขา
"แน่นอนไปข้างหน้า ผมมีความสุขมาก. ใครคือเพื่อนของคุณ?
ระวังและเล่นให้ดี ฉันจะไปถึงที่นั่นภายในหนึ่งชั่วโมงด้วย

ลูกชายที่รักของฉัน" แม่พูดแสดงความรักต่อศิวลิก

ทารันคว้าไม้คริกเก็ตแล้ววิ่งออกไปข้างนอก
ขณะที่เขาจากไปเขาแจ้งให้ทราบว่าเขาจะไปกับราหุล
พวกเขายอมรับเงื่อนไขทั้งหมดที่แม่ตั้งไว้สำหรับการเล่นนอกบ้าน
หลังจากที่ทารันจากไป คุณแม่ก็ยุ่งอยู่กับงานครัว

เธอต้องเตรียมอาหารเช้าให้พ่อและจัดอาหารกลางวันไปส่งที่ออฟฟิศ
ขณะเดียวกันพ่อกำลังอาบน้ำอยู่ในห้องน้ำ

มาดูกันว่าภาณุและซาร่าทำอะไรในงานปาร์ตี้ตุ๊กตาของพวกเขา
ภานุนั่งอยู่บนชั้นวาง กระโดดด้วยความตื่นเต้น

ใจเขาอยากออกไปเล่นกับศิวลิกในสวนสาธารณะ ซาร่านั่งหลับตาอยู่

เธอชอบที่จะนอนเฉยๆ

"ฉันไม่รู้ว่าทำไมตุ๊กตาตัวนี้ถึงนอนหลับมากขนาดนี้?
ฉันอยากจะถามเธอว่าเธอไม่อยากเล่นหรือเปล่า"
ภาณุเหลือบมองซาร่าครั้งหนึ่งแล้วหันหน้าหนี
เขาหมกมุ่นอยู่กับความคิดและเริ่มจินตนาการว่าเขาไม่ใช่ตุ๊กตา
แต่เป็นเด็กน้อยอย่างชิวลิกและซาร่าที่เป็นเด็กผู้หญิงตัวเล็ก ๆ

ทั้งคู่ยังอยู่ในกลุ่มเด็กของศิวลิกในสวนสาธารณะกำลังเล่นลูกบอลอยู่
หลงอยู่ในความคิดของเขา
เขารู้สึกราวกับว่าเขาไปถึงที่นั่นและเริ่มสนุกกับเกม

โลกแห่งจินตนาการจะสวยงามขนาดไหน !

ในนั้นทุกสิ่งปรากฏเป็นจริงแม้ว่าจะไม่มีความเป็นจริงก็ตาม ชั่วครู่หนึ่ง

บุคคลหนึ่งก็มาถึงโลกนั้นและสัมผัสกับความสุขชั่วขณะของชีวิตที่พวกเขา
อาจไม่เคยได้อยู่ในความเป็นจริงอย่างแท้จริง

สักพักเมื่ออาหารเช้าพร้อม ปาป๊าก็กินอาหารเช้า

หยิบกล่องข้าวแล้วออกไปทำงาน
สำนักงานของบิดาของศิวลิกอยู่ห่างจากบ้านประมาณสิบกิโลเมตร
คุณแม่เริ่มเตรียมตัวไปสวนสาธารณะ เธอร้องเรียก ราชิ

มีด้วยความรักซึ่งเธอเรียกว่าดอลลี่ด้วยความรักเพื่อปลุกเธอ
ดอลลี่ตื่นอย่างรวดเร็วเมื่อได้ยินว่าพวกเขากำลังจะไปสวนสาธารณะ
คุณแม่ล็อคบ้านและทิ้งภาณุและซาร่าไว้ในโลกใบเล็กๆ ของพวกเขา

และมุ่งหน้าไปยังสวนสาธารณะ
สวนสาธารณะอยู่ห่างจากบ้านโดยใช้เวลาเดินเพียงห้านาที
เมื่อไปถึงที่นั่นก็เห็นเด็กๆ เล่นคริกเก็ตด้วยความกระตือรือร้นมาก

ดอลลี่เริ่มแกว่งชิงช้าเนื่องจากเธอยังไม่ใหญ่พอที่จะเล่นกับเด็กโตได้

ภาณุหมกมุ่นอยู่กับโลกของตัวเอง
เขาไม่ได้เห็นโลกภายนอกในความเป็นจริง
แต่เขาได้เห็นมันทางโทรทัศน์เป็นครั้งคราว
บังเอิญที่ห้องรับแขกของบ้านชิวาลิก-รัศมีมีสมาร์ทหทีวีอยู่ด้วย
เมื่อสมาชิกในครอบครัวคนใดนั่งอยู่ที่นั่น พวกเขาก็จะเปิดทีวีเป็นครั้งคราว
ภา อา นุพบว่ามันสนุกสนานมาก และมักจะดูทีวีอย่างมีความสนใจอยู่เสมอ
จากนั้นเขาก็ไม่เคยเบื่อ บางครั้งเขาดูการแข่งขันคริกเก็ต

และบางครั้งเขาก็ฟังเพลง ภาณุสนุกสนานมากเมื่อเด็กๆ เต้นตามเพลง

ตอนนั้นเขาอยากจะร่วมเต้นรำกับซาร่า
บางทีภาณุก็โชคดีที่คนอื่นลืมปิดทีวีแล้วเดินไปอีกห้องหนึ่ง
จากนั้นเขาก็ดูทีวีอย่างราชาและมีความรู้เพิ่มขึ้น

อย่างไรก็ตาม ภาณุและซาร่าก็มีชะตากรรมของตัวเอง

แต่มันก็เป็นความจริงเชนกันที่ตุ๊กตาควรมีความกระตือรือร้น
เช่นเดียวกับมนุษย์ แม้จะไม่ใช่ในชีวิตนี้

แต่ผลของการกระทำจะได้รับไม่ช้าก็เร็ว ด้วยเหตุนี้

เราจึงควรทำงานไปในทิศทางที่ถูกต้องต่อไป

ชั้นเรียนคอมพิวเตอร์ของแม่

มันเป็นวันหยุดฤดูร้อน ทุกคนในบ้านมีความสุขมาก เด็กๆ ดีใจ

และแม่ก็มีความสุขมากเช่นกัน ปาร์ตี้ตุ๊กตาของเราด้วย

ทุกเช้าแม่และลูกๆจะไปสวนสาธารณะ แม่ผลัก **Rashmi** เบาๆ บนชิงช้า และ **Tarun** ก็เล่นกับเด็กๆ คุณแม่ยังเดินเล่นในสวนสาธารณะอีกด้วย

มีความบันเทิงตลอดทั้งวัน รวมทั้งเกมในร่ม เช่น **Carrom, Ludo, Snakes 'n' Ladders,** หมากรุก และเกมคอมพิวเตอร์ แม่ทำขนมเพื่อสุขภาพให้ลูกๆตลอดทั้งวัน ภาณุและซาร่าคุยกันผ่านท่าทางเป็นบางครั้ง ไม่เพียงเท่านั้น ภาณุยังได้เรียนรู้เทคนิคใหม่ๆ จากเด็กๆ และหุ่นยนต์ของเล่นอีกด้วย

บางครั้งเด็กๆ ก็หยิบของเล่นทั้งหมดออกจากชั้นวางแล้วเล่นกับพวกเขา บรรยากาศทั้งหมดเต็มไปด้วยความสุข

แม่ยังรู้สึกอยากทำอะไรใหม่ๆ เธอคิดว่าหลังจากทำงานบ้านมาทั้งวัน เธอจะสามารถทำงานสร้างสรรค์บางอย่างเพื่อรักษาความคิดสร้างสรรค์ของเธอเอาไว้ได้ เธอวางแผนเรื่องนี้มาหลายวันแล้ว

และบางครั้งก็คิดถึงเรื่องใดเรื่องหนึ่ง ในที่สุดเธอก็มาถึงการตัดสินใจ

เธอได้ตัดสินใจเริ่มสอนออนไลน์ นับตั้งแต่มีการระบาดของโรคติดต่อ แนวโน้มการไปโรงเรียนและการเรียนแบบออฟไลน์ส่วนบุคคลลดลงอย่างมาก อย่างไรก็ตาม ความจำเป็นด้านการศึกษาไม่สามารถปฏิเสธได้ตลอดเวลา เด็กส่วนใหญ่จึงเริ่มแสดงความสนใจในการเรียนออนไลน์

สิ่งนี้ไม่เพียงช่วยให้ผู้ปกครองไม่ต้องกังวลเกี่ยวกับความปลอดภัยของบุตรหลาน แต่ยังรวมถึงครู (ผู้สอน) ด้วย แม่มีความรู้เรื่องคอมพิวเตอร์เป็นอย่างดี เธอได้ศึกษามันค่อนข้างมาก

ตอนนี้แม่ทำอะไรอยู่? เธอค้นหาใน **Google**
เกี่ยวกับเว็บไซต์การสอนหลายแห่งและศึกษาเว็บไซต์เหล่านั้น
มีเว็บไซต์บางแห่งที่สนับสนุนทั้งนักเรียนและครู
คุณแม่ลงทะเบียนเป็นครูสอนพิเศษภายใต้ชื่อ **Prabha Gupta** ในเว็บไซต์ดังกล่าวแห่งหนึ่ง

เธอกำหนดตารางเวลาและตัดสินใจว่าจะสอนทักษะคอมพิวเตอร์เมื่อใดและในชั้นเรียนใด สำหรับสิ่งนี้ เธอได้จัดสิ่งของที่จำเป็นทั้งหมด เช่น โต๊ะ เก้าอี้ แล็ปท็อป **Wi-Fi** ฯลฯ เธอเปิดตัวโครงการใหม่ของเธอในทิศทางนี้

สิ่งนี้ได้สร้างสภาพแวดล้อมการเรียนที่ดีที่บ้าน เมื่อแม่สอน เด็กๆ

ก็ทำการบ้านที่โรงเรียนด้วย
วิชาที่ยากและไม่สามารถเรียนได้หากไม่มีความช่วยเหลือจากใครสักคน
พวกเขาอ่านกับแม่ พวกเขาทำงานที่เรียบง่ายและน่าสนใจอย่างอิสระ เช่น
การอ่าน การวาดภาพ และคณิตศาสตร์ ชิวลิกประสบปัญหาเป็นครั้งคราว
แต่เขามีไหวพริบ เขาค้นหาวิธีแก้ไขปัญหาของเขาใน **Google**
ไม่เพียงเท่านั้น เขายังช่วย **Rashmi** น้องสาวของเขาอีกด้วย แม้ว่า
Rashmi จะอายุเพียงสี่ขวบ
แต่บางครั้งเธอก็สนุกกับการดูหนังสือและเขียนตัวอักษรสองสามตัวด้วยซ้ำ
เธอยังวาดเส้นด้วยดินสอสีสันสดใสอีกด้วย
และเมื่อเธอไม่มีอารมณ์เธอก็ทิ้งทุกอย่างแล้วนั่งลง
ทันทีที่ชั้นเรียนคอมพิวเตอร์ของคุณแม่จบ เด็กๆ
ก็เต้นกันมากและรู้สึกมีความสุข

และตุ๊กตาหมีแสนน่ารักภาณุเคยคิดว่า
"ฉันหวังว่าหุ่นยนต์ตัวน้อยนี้จะกลายเป็นเพื่อนของฉัน ให้ฉันพยายาม.
จากนั้นฉันก็จะได้เรียนรู้เคล็ดลับทางคณิตศาสตร์ใหม่ๆ เจ๋งๆ ด้วย
แล้วฉันจะไม่เบื่อเลย ดูสิ เด็กๆ เหล่านี้สนุกกับการแก้โจทย์คณิตมาก"
แล้วซาร่า...? "ฉันไม่รู้. ภาณุมีเจตนาอะไร?
ฉันคิดว่าเขาอยากเป็นเด็กผู้ชายแทนที่จะเป็นตุ๊กตาหมี"
นั่นคือสิ่งที่ตุ๊กตาซาร่าคิด

ศิวลิกเป็นนักมายากล

ในฤดูร้อนอันร้อนระอุ ใต้ท้องฟ้าสีคราม
ถ้าก่อนหน้าเราร้านขายเครื่องดื่มโกหก
ไอศกรีม โคล่า และกาแฟเย็นๆ อร่อยมาก
แต่ขอแก้ตัวเพราะไข้หวัด มีน้ำใจ
ท่ามกลางวันหยุดฤดูร้อนที่เต็มไปด้วยความสนุกสนาน
วันเวลาผ่านไปทีละวัน ราวกับรถไฟที่เร่งความเร็วขึ้น

เช่นเดียวกับที่เราลืมตาว่ารถไฟด่วนมาถึงสถานีและออกเดินทางในพริบตาเมื่อใด ก็ยากที่จะระบุได้ว่าวันหยุดหายไปไหน

เดือนมิถุนายนกำลังจะสิ้นสุดลง
และโรงเรียนสำหรับเด็กมีกำหนดจะเปิดอีกครั้งในเดือนกรกฎาคม
คุณแม่ตระหนักว่ายังต้องเตรียมการอีกหลายอย่าง
การแพร่ระบาดสิ้นสุดลงแล้ว
จึงมีความเป็นไปได้ที่โรงเรียนอาจไม่เปิดในสัปดาห์แรกของเดือนกรกฎาคม
ปล่อยให้โรงเรียนเปิดเมื่อไรก็ได้ แต่ต้องเตรียมการเพื่อเด็กๆ และผู้ปกครองงานทั้งหมด เช่น เครื่องแบบ การบ้าน โปรเจ็กต์ และใครจะรู้อะไรอีกบ้าง

"โอ้ นี่มันอะไรกัน? ฉันลืมไปหมดแล้ว

ตอนที่ฉันคุยกับแม่ของราหุลทางโทรศัพท์ มันทำให้ฉันทึ่งมาก"

แม่กำลังนั่งคิดในตอนบ่าย ในโรงเรียนของศิวลิก ทุกปีในเดือนสิงหาคม

จะมีการแข่งขันแต่งกายแฟนซีสำหรับเด็กๆ
เนื่องในโอกาสเทศกาลจันมาชตมี

"ฉันตัดสินใจอย่างแน่วแน่ว่าจะทำให้ลูก ๆ ของฉันเข้าร่วมอย่างแน่นอน

ไม่ว่าฉันจะให้ **Rashmi** เข้าร่วมในปีหน้าหรือไม่

แต่จำเป็นอย่างยิ่งที่จะต้องให้ **Shivalik** เข้าร่วมในครั้งนี้

เพราะปีหน้ากลุ่มอายุของเขาจะเปลี่ยนไป"

"ทุกปี ผู้ปกครองทุกคนจะได้รับเชิญให้ไปโรงเรียนเพื่อร่วมเทศกาล

Janmashtami ทุกครั้งที่แม่ไปดูงาน เด็กๆ ที่แต่งตัวหลากหลายก็ติดใจเธอ
นอกจากนี้เธอยังคิดถึงการนำแนวคิดที่ยอดเยี่ยมและแปลกใหม่ที่ไม่เคยอยู่ในใจใครมาก่อน และเตรียมชิวาลิก

ลูกชายของเธอให้พร้อมสำหรับบทบาทนั้น"

"มีแนวคิดมากมาย แต่ส่วนใหญ่มีการดำเนินการหลายครั้ง

เด็กบางคนกลายเป็นหนังสือพิมพ์ บางคนก็กลายเป็นต้นไม้

บางชนิดทำหน้าที่เป็นผัก เช่น กระเจี๊ยบเขียวหรือมะเขือเทศสีแดง

ในขณะที่บางชนิดก็กลายเป็นมะเขือยาวที่มีลักษณะกลมและอวบอ้วน เด็กบางคนถึงกับกลายเป็นเทพเจ้า เช่น พระพิฆเนศ พระศิวะ หรือแม้แต่พระกฤษณะตัวน้อย เด็กสามารถทำอะไรได้บ้าง? คุณแม่เกิดไอเดียเหล่านี้ขึ้นมา
แต่สิ่งหนึ่งที่แน่นอนก็คือการเป็นพระเจ้าเป็นสิ่งที่ท้าทายที่สุด แค่ดูก็รู้สึกประหลาดใจแล้ว" แม่เริ่มกังวลเมื่อคิดถึงเรื่องนี้ จากนั้นเธอก็คิดถึงพระเจ้า และไม่กี่นาทีต่อมาก็หลับไป สักพักเธอก็ตื่น และก็เป็นเวลาเย็นแล้ว ถึงเวลาทำงานบ้านแล้ว
เมื่อคิดเช่นนี้กลางคืนก็มาถึง ภาณุคิดว่าแม่ดูหงุดหงิดอยู่บ้าง ไม่รู้ว่าทำไม เขาเริ่มอธิษฐานด้วยว่า "โอ้พระเจ้า! โปรดแก้ไขปัญหาของเธอ"
เช้าวันรุ่งขึ้น หลังจากจัดการกับงานบ้านและอาหารเช้าทั้งหมดแล้ว คุณแม่คิดว่า "ไปหาหนังสือดีๆ อ่านหนังสือกันเถอะ"
ขั้นตอนของเธอพาเธอไปที่ชั้นหนังสือ หลังจากนั้นไม่นาน เธอก็พบวิธีแก้ปัญหาอยู่ในมือของเธอ ใช่ เธอพบหนังสือบนชั้นวางชื่อ '101 Magic Tricks'
และนี่ก็เกิดขึ้นกับเธอว่าทำไมศิวลิกไม่แสดงตัวเป็นผู้วิเศษในการแข่งขันชุดแฟนซีล่ะ? ช่างเป็นความคิดที่ยอดเยี่ยมจริงๆ ซึ่งตามที่เธอพูด ถือเป็นความคิดใหม่โดยสิ้นเชิง ขณะที่เธอเริ่มอ่านหนังสือ จุดมุ่งหมายทั้งหมดของเธออยู่ที่การค้นหาเทคนิคมายากลง่ายๆ ที่ชิวลิก วัย 6 ขวบสามารถเรียนรู้และแสดงบนเวทีได้สำเร็จ
พวกเขาบอกว่าที่ใดมีเจตจำนง ที่นั่นย่อมมีหนทาง เมื่อบุคคลหนึ่งทุ่มเทความพยายามอย่างเต็มที่ในทิศทางใดทิศทางหนึ่ง แม้แต่พระเจ้าก็สนับสนุนพวกเขาด้วย แม่พบเคล็ดลับมายากลง่ายๆ สามข้อและเรียนรู้ด้วยตนเองตามคำแนะนำในหนังสือ จากนั้นเธอก็สอนเทคนิคเหล่านี้ให้กับศิวลิกตัวน้อย ชิวลิกเริ่มสนใจ

และแม่ก็มั่นใจว่าอีกไม่กี่วันเขาจะสามารถแสดงมายากลเหล่านี้บนเวทีได้สำเร็จ จากนั้นด้วยความช่วยเหลือจากแม่ของราหุล

พวกเขายังได้เตรียมชุดที่สวยงามให้กับนักมายากลด้วย หมวก เสื้อโค้ท

กางเกง และรองเท้าของนักมายากล เป็นการแต่งหน้าที่เหมือนชาร์ลี

แชปลินอย่างสมบูรณ์แบบ แผนทั้งหมดพร้อมอยู่ในใจของเธอ

เมื่อใดก็ตามที่ชิวลิกฝึกมายากล ภานุและซาร่าก็พยักหน้าเห็นด้วย

ในที่สุดก็ถึงวันที่โรงเรียนเปิดอีกครั้ง
วันหนึ่งมีการจัดประกวดการแต่งกายแฟนซี ศิวลิกเข้าร่วม

เขาฝึกฝนอย่างขยันขันแข็ง และการทำงานหนักของเขาก็ได้รับผล

เมื่อเขาแสดงมายากลบนเวที ผู้ชมต่างตกตะลึง

ทุกคนประหลาดใจที่เด็กน้อยคนหนึ่งได้แสดงมายากลด้วยทักษะดังกล่าว
เสียงปรบมือดังกึกก้องจากผู้ชมทำให้เด็กๆ กระตือรือร้นมากขึ้น

ศิวลิกคว้ารางวัลรองชนะเลิศในการแข่งขัน เมื่อศิวลิกกลับมาถึงบ้าน

เขาก็วางรางวัลไว้บนชั้นวางใกล้กับซาร่า **Bhanu** และ **Sara**

มองดูรางวัลด้วยความรักก่อน จากนั้นจึงมอง **Shivalik**

และสุดท้ายก็มองหน้ากัน พยักหน้าเห็นด้วย ทุกคนในบ้านมีความสุขมาก

บริเวณโดยรอบได้ยินเสียงขลุ่ยของพระกฤษณะอันไพเราะ

* * *

เกี่ยวกับผู้เขียน

Geeta Rastogi 'Geetanjali' เกิดเมื่อวันที่ 26 กรกฎาคม พ.ศ. 2511 ในประเทศอินเดีย พ่อแม่ของเธอ นาย Harichand Gupta และนาง Rammurti Devi เป็นชาวเขต Ghaziabad (อินเดีย) นอกจากจะเป็นนักเขียนแล้ว
เธอยังเป็นครูวิทยาศาสตร์ที่เชี่ยวชาญด้านเคมีอีกด้วย หนังสือเล่มนี้ 'Bholu's Colourful Rainbow' เดิมเขียนและตีพิมพ์เป็นภาษาฮินดี จากนั้นแปลเป็นภาษาอังกฤษ อิตาลี ฝรั่งเศส สเปน ไทย เยอรมัน และฟิลิปปินส์
เธอได้รับการตีพิมพ์นวนิยายภาษาฮินดีอีกเล่มหนึ่งซึ่งมีชื่อว่า 'Kanak Kanak te sau guni' เธอยังชอบเขียนบทกวี เรื่องราว และบทความที่เป็นประโยชน์สำหรับนิตยสารและหนังสือพิมพ์อีกด้วย

www.ingramcontent.com/pod-product-compliance
Lightning Source LLC
LaVergne TN
LVHW041532070526
838199LV00046B/1635
* 9 7 8 9 3 6 2 6 9 2 5 4 2 *